कहाणी चटणीची

मृणाल तुळपुळे

सकाळ प्रकाशन

सकाळ प्रकाशन

कहाणी चटणीची

७७३/३ 'रवि' डेक्कन जिमखाना, पुणे ४११ ००४

प्रथमावृत्ती : जून २०१६

अक्षरजुळणी

अश्विनी महाजन

मुखपृष्ठ आणि मांडणी

मधुमिता शिंदे

प्रकाशक

सकाळ पेपर्स प्रा. लि.

५९५, बुधवार पेठ, पुणे ४११ ००२

ISBN : 978-93-84316-68-6

अधिक माहितीकरिता :

०२०-२४४० ५६७८/८८८८८ ४९०५०

sakalprakashan@esakal.com

अर्पणपत्रिका,

या पुस्तकासाठी मला वेगवेगळ्या चटण्यांच्या
कृती व त्याबद्दलची माहिती दिलेल्या
माझ्या सुगरण नातेवाइकांना व मैत्रिणींना.

मनोगत

चटणी हा एक घराघरांतून वरचेवर बनवला जाणारा पदार्थ आहे. त्यावर लिहिताना मला माझ्या भटकंतीमध्ये खाल्लेले विविध पदार्थ आठवले. मग त्यात काही चटण्यांच्या कृती व त्याबद्दल माहिती लिहून ठेवली आहे का, ते बघण्यासाठी त्या त्या प्रवासातल्या डायऱ्या बाहेर निघाल्या. त्यात भारतातल्या निरनिराळ्या चटण्यांच्या रेसिपीज तर सापडल्याच; पण इतर देशांत खाल्लेल्या चटण्यांची माहितीसुद्धा मिळाली. त्यात रेसिपीजच्या जोडीने मी वेळोवेळी लिहून घेतलेली इतरही खूप माहिती सापडली.

माझ्या डायऱ्यांचा व सध्या टीव्हीवर चालू असलेल्या निरनिराळ्या फूड चॅनेल्सवरील कार्यक्रमांचा मला हे लिहिताना खूप उपयोग झाला. फूड चॅनेल्स बघायची व त्यातली आवडलेली व आवश्यक ती माहिती लिहून ठेवण्याची माझी सवय कामास आली. माझी खाण्याची व स्वयंपाक करण्याची आवड जोपासताना मी माझ्या स्वयंपाकघरात वेगवेगळे प्रयोग करत असते, तसेच डायरीत लिहून घेतलेले पदार्थ घरी आल्यावर करून बघते. त्यामुळे चटण्यांबद्दल माहिती गोळा करताना व ती लिहितानाच्या प्रत्येक क्षणाची मजा मी अनुभवली. आज ती सगळी माहिती तुम्हा सर्वांबरोबर शेअर करताना मला खूप आनंद होत आहे.

आपल्या मैत्रिणी, शेजारणी, नातेवाईक अशी प्रत्येक गृहिणी ही आपापल्या परीने सुगरणच असते. प्रत्येकीच्या हातचे खास असे काही पदार्थ असतात. मला निरनिराळ्या प्रकारच्या चटण्यांच्या कृती आणि त्याबद्दलची माहिती हवी आहे, हे सांगितल्यावर त्या सगळ्यांकडून मला भरभरून प्रतिसाद मिळाला. त्यातील काही चटण्यांच्या कृती कोणी फोनवर सांगितल्या, कोणी कागदावर लिहून दिल्या, कोणी

मेलवर पाठवल्या तर कोणी तोंडी सांगितल्या. त्याबरोबर स्वत: केलेल्या चटण्या मला मासला म्हणून पाठवल्या. त्यापैकी अगदी वेगळ्या वाटलेल्या गवारीच्या शेंगांची, मेथीची, पेरूची अशा चटण्या मी घरी करून बघितल्या. आपल्या नेहमीच्याच म्हणजे दाण्याच्या, टोमॅटोच्या, मिरची, कोथिंबिरीच्या आणि लसणाच्या चटण्या ; पण प्रत्येकीची करण्याची पद्धत आणि त्यातले घटकपदार्थ निरनिराळे आहेत, त्यामुळे चटणीमधले जिन्नस तेच असले तरी करण्याच्या पद्धतीमध्ये विविधता असल्याने त्या चटणीच्या चवीतही फरक पडतो, हे जाणवले.

महत्त्वाची गोष्ट म्हणजे या सगळ्या सुगृहिणींनी चटण्यांचे साहित्य व कृती सांगताना चिमूटभर, डावभर, मोठा चमचा, लहान चमचा, पसाभर, वाटी, कप, बोटाच्या पेराएवढे अशी विविध मापे सांगितली आहेत. कृती सांगताना मोहरी फेसून घ्या, कैरी चोचवून घ्यावी, मिरच्या उधसल्या की गॅसवरून उतरवाव्या, मोहरी चांगली नाकात गेली पाहिजे, पाट्यावर एक घसारा मारावा, चटणी भरड कुटावी, अशा संज्ञा वापरल्या आहेत. चटणीची सांद्रता कशी असावी याबद्दल सैलसर, घट्टसर, सरसरीत असे शब्द वापरले आहेत. ही सर्व मापे, शब्द व संज्ञा मी कोणतेही बदल न करता तशाच ठेवल्या आहेत, त्यामुळे चटण्यांच्या कृतींमध्ये व मापांमध्ये विविधता दिसून येईल आणि तीच खरी यातली मजा आहे.

भेळवाले, वडेवाले किंवा लहान लहान रेस्टॉरंटमध्ये त्यांच्याकडच्या चटण्या कशा केल्या याबद्दल विचारले असता काहीजणांनी अगदी आनंदाने कृती सांगितल्या. काहींनी सपशेल नकार दिला ; तर काहींनी आम्ही कशाला सांगू, असा मलाच सवाल केला. एका बचत गटाच्या स्वयंपाकघरात प्रत्यक्ष चटण्या करताना बघायला मिळाले. तिथे चटण्या वाटायला इलेक्ट्रिकचे मोठे भांडे, मापाला चार कप पाणी मावेल एवढे पातेले होते त्यामुळे मापे कळली नाहीत तरी तिथे केल्या जाणाऱ्या चटण्यांची माहिती व त्यात घातलेले पदार्थ कळले.

गेले काही दिवस मी अक्षरश: चटणीमय होऊन गेले होते. रेस्टॉरंटमध्ये किंवा कोणाच्या घरी जेवावयास गेले की आधी माझे तिथल्या चटण्यांकडे लक्ष जायचे. मग त्यांची चव बघायची, कृती विचारायची आणि ती लिहून घ्यायची किंवा वाण्याच्या दुकानात गेले की कोरड्या चटण्यांची पाकिटे बघायची, त्यात वापरलेले घटक वाचायचे असा माझा उद्योग सुरू होता. ही सगळी माहिती गोळा करताना मला खूपच मजा आली. वेगवेगळे अनुभव घेतल्यावर असे लक्षात आले, की चटणी हा विषय वाटत होता त्यापेक्षा खूपच रंगतदार आहे.

सगळ्या गृहिणींकडून चटण्यांची माहिती गोळा करताना स्वयंपाकघरात उपयोगी पडतील, अशा इतरही खूप गोष्टी कळल्या. वेगवेगळ्या गृहिणींनी चटणीच्या ज्या कृती दिल्या आहेत त्यातले काही शब्द फक्त चटणीच्या बाबतीतच नाही, तर स्वयंपाकघरात वापरले जाणारे आहेत. त्यातले काही नेहमीच्या पठडीतले आहेत, तर काही अगदी वेगळे आहेत. चटणी सारखी करावी, मोहरी फेसून घ्यावी, अशा काही शब्दांचा ढोबळपणे अर्थ सांगता येईल; पण सगळ्यांचा शब्दशः अर्थ सांगणे तसे जरा अवघड आहे. ते अर्थ अनुभवातूनच कळतील असे वाटते.

त्यात गृहिणींच्या अनुभवाचे अतिशय उपयुक्त असे सल्ले ही आहेत. स्वयंपाक करताना प्राथमिक गोष्ट म्हणजे फोडणी. ती कशी करावी याबद्दल मिळालेला सल्ला तर मला खूपच महत्त्वाचा वाटतो. कढईमध्ये राहिलेले तेल कोरड्या चटणीने पुसून घ्यावे, साखरेला मुंग्या लागू नयेत म्हणून त्यात लाल मिरची ठेवावी अशा नेहमी उपयोगी पडणाऱ्या सूचना ही मिळाल्या आहेत, त्यामुळे ही सगळी माहिती फक्त चटण्या करतानाच नाही, तर इतर वेळीदेखील उपयोगी पडेल अशी आहे, हे जाणवले. विविध चटण्या 'तोंडी लावणे' सोडून इतर कशा प्रकारे वापरल्या जातात हे कळले. यातल्या काही चटण्यांच्या कृती पिढ्यान्‌पिढ्या चालत आलेल्या आहेत; तसेच ही सगळी माहिती गृहिणींनी वर्षानुवर्षे स्वयंपाकघरात स्वतःला आलेल्या अनुभवातून सांगितली आहे, त्यामुळे त्याचे मोल नक्कीच खूप आहे.

काही चटण्यांना दिलेली नावे तर अतिशय गमतीदार आहेत. तक्कू, किसवंती, ऐरावत, गन पावडर, भुरका, झटका ही सगळी चटण्यांची नावे आहेत हे सांगून खरे वाटणार नाही. अशी सर्व माहिती एकत्र केली तेव्हा लक्षात आले की, बाप रे! किती प्रकारच्या चटण्या आणि त्याबद्दल किती निरनिराळी माहिती!

लिहायला बसले आणि पानेच्या पाने भरून गेली. त्यासाठी माझी आई निर्मला ओगले, शीला उंब्राणी, ललिता कार्लेकर, कालिंदीताई चौधरी, चिनीमाया, सुलक्ष्मी आणि माझ्या अनेक मैत्रिणींची मला खूप मदत झाली. त्या सर्वांचे मनापासून आभार.

– मृणाल तुळपुळे

अनुक्रमणिका

चटणी

चटणी हा शब्द 'चाटणी' या संस्कृत शब्दावरून आला आहे. त्याचा अर्थ चाटणे. आंबट, गोड, तिखट अशा विविध चवींचे मिश्रण असलेला चटणी हा पदार्थ इतका चविष्ट असतो, की तो चाटून मिटक्या मारत खाल्ला जातो; म्हणून ती चटणी.

विविध प्रकारच्या रुचकर चटण्या आणि लोणची हा भारतीय जेवणातला एक अविभाज्य घटक आहे. या चटण्या आणि लोणच्यांचे किती प्रकार आहेत, त्याची गणतीच नाही. भारतातील प्रत्येक भागाच्या भौगोलिक परिस्थितीप्रमाणे व त्या भागात होणाऱ्या पिकांप्रमाणे तिथे बनवल्या जाणाऱ्या चटण्यांचे प्रकार वेगवेगळे आहेत. प्रत्येक भारतीय घरात दोन-तीन प्रकारच्या चटण्या असतातच. त्यातल्या काही टिकाऊ असतात, तर काही ताज्या वाटलेल्या असतात.

हॉटेलमध्ये थाळी खायला गेलो की टेबलवर आधी चार प्रकारच्या चटण्या आणून ठेवल्या जातात. लग्नाच्या वा इतर समारंभाच्या जेवणातही आपल्याला निरनिराळ्या प्रकारच्या चटण्या दिसतात. अशा या चटण्यांनी आपल्या रोजच्या जेवणात एक महत्त्वपूर्ण स्थान पटकावले आहे.

चटणी हा घरातील लहानांपासून मोठ्यांपर्यंत सर्वांनाच आवडणारे तोंडी लावणे आहे. चटकदार चटण्या सकाळचा नाश्ता, जेवण, मधल्या वेळचे खाणे अशा कोणत्याही खाण्यात जोडीला असल्या की त्या पदार्थाची लज्जत शतपटीने वाढते. साधे पदार्थसुद्धा चटणीला लावून खाल्ले तर ते चविष्ट होतात. चटणी म्हणजे डाव्या बाजूला वाढल्या जाणाऱ्या लोणचे, पापड व कोशिंबिरीची सोबतीण. जेवणामध्ये रुची उत्पन्न करणारे हे पदार्थ उजव्या बाजूच्या भाजी, आमटीपेक्षा कमी प्रमाणात खाल्ले जातात. त्यातील आंबट-गोड-तिखट अशा चवीमुळे तोंडाला पाणी सुटून त्याला चव येते व जड जेवण पचण्यास मदत होते, त्यामुळे रोजच्या जेवणात चटणीला पर्याय नाही.

विविध प्रकारच्या भाज्या, फळे, मसाले व नट्स वापरून या चटण्या बनवलेल्या असतात. त्या बहुतेक वेळा तिखट चवीच्या असतात; पण काही प्रकारांत त्या आंबट-गोड चवीच्याही केल्या जातात. काही चटण्या ओल्या असतात, तर काही कोरड्या असतात. त्या वाटून अथवा कुटून केल्या जातात.

वाटणे व कुटणे असे या दोन्हीचे काम करणारी एक वस्तू म्हणजे दगडी खलबत्ता. टीव्हीवरच्या अनेक कुकरी शोमध्ये असा दगडी खलबत्ता वापरलेला दिसतो, त्यामुळे तो नवीन पिढीमध्ये खूपच लोकप्रिय झाला आहे. अशा प्रकारचा

मोठ्या आकाराचा रूब्बू कल्लू दक्षिण भारतात इडली डोशाचे पीठ किंवा चटण्या वाटण्यासाठी वापरतात. हा दगडी खलबत्ता म्हणजे रूब्बू कल्लूचेच लहान रूप आहे.

पाटा-वरवंटा

छोटा रूब्बूकल्लू किंवा दगडी खलबत्ता

लोखंडी खलबत्ता

ओली चटणी किंवा मसाला वाटण्यासाठी पाटा-वरवंट्याचा उपयोग केला जातो. तो वाटाण्याच्या काही पद्धती असून, त्यांना काही विशिष्ट शब्द वापरले जातात.

- जे पदार्थ वाटायचे असतील ते एकत्र करून पाट्यावर ठेवायचे व त्याच्या पुढे वरवंटा ठेवून तो जोर लावून त्या मिश्रणावरून मागेपुढे गोलगोल फिरवायचा. यामुळे वरवंट्याच्या मागे असलेले मिश्रण वाटले जाऊन वरवंट्याच्या पुढे जाते.
- वरवंट्याने मिश्रण वाटताना त्यावर थोडेथोडे पाणी घातले तर वाटण अगदी गुळगुळीत होते.
- वाटण खडबडीत हवे असेल तर वरवंटा उभा धरून पाट्यावरचे पदार्थ भरड ठेचायचे.
- एक घसारा मारायचा म्हणजे वरवंटा जोर न लावता एक दोनदा हलक्या हाताने फिरवायचा.
- खरडायचे म्हणजे वरवंट्याने पाट्यावरचे पदार्थ खरबरीत वाटायचे.

चटण्या कोणकोणत्या पदार्थांच्या केल्या जातात, असा प्रश्न विचारला तर त्याचे उत्तर देणे फारच अवघड आहे. कारण, चटण्यांचे असंख्य प्रकार असून, त्या भाज्या, फळे, तेलबिया, वेगवेगळ्या वनौषधी-हर्ब्ज, डाळी अशा निरनिराळ्या आणि अगणित पदार्थांपासून बनवल्या जातात. चटणी कोणत्याही पदार्थापासून बनवलेली असली तरी ती चविष्ट आणि तोंडाला पाणी सुटणारीच असते, हे मात्र नक्की.

- **रंगानुसार बघितले तर ढोबळपणे चटण्या हिरव्या, लाल आणि पांढऱ्या रंगाच्या असतात.**

१. **हिरव्या चटण्या :** मिरची, कोथिंबीर, कढीपत्ता व पुदिना वापरून केलेल्या असतात.

२. **लाल चटण्या :** टोमॅटो वा लाल मिरचीच्या असतात.

३. **पांढऱ्या चटण्या :** खोबरे, शेंगदाणे, तीळ, डाळं अशा पदार्थांपासून बनवलेल्या असतात.

- **या व्यतिरिक्त**

१. **ओल्या व कोरड्या चटण्या**

२. **ताज्या व टिकाऊ चटण्या**

३. **तिखट व गोड चटण्या**

४. **तेलबियांच्या चटण्या**

अशीदेखील चटण्यांची विभागणी करता येईल.

चटणीची सांद्रता व पोत कसा असावा?

चटणी ओली किंवा कोरडी कशीही असली तरी वेगवेगळ्या प्रकारच्या चटण्यांचा पोत व सांद्रता (texture) कशी असावी हे ठरलेले असते. त्याप्रमाणे या चटण्या भरड, बारीक, गुळगुळीत, खरबरीत, जाडसर, वस्त्रगाळ, सरबरीत, सैलसर, घट्टसर अशा निरनिराळ्या पोताच्या असतात.

चटणी कशी ठेवली जाते?

- वाटलेल्या चटणीचा गोळा करून तो चिनीमातीच्या सटात ठेवला जातो.
- कोरड्या चटण्या घट्ट झाकणाच्या काचेच्या बरणीत ठेवल्या जातात.
- दाण्याच्या, खोबऱ्याच्या किंवा इतर तेलबियांच्या कोरड्या चटण्या उघड्या ठेवल्या असता त्यातला तेलाचा अंश कमी होऊन त्या शुष्क होतात, त्यामुळे त्या नेहमी झाकून ठेवल्या जातात.
- ओल्या चटण्यांमध्ये घातलेल्या पदार्थांचा स्वाद व चटणीतला ओलावा टिकून राहण्यासाठी त्या झाकून ठेवल्या जातात.

चटणी कशी सर्व्ह केली जाते?

चटणी हा एक साधासुधा पदार्थ पण; तो किती प्रकारे केला जातो, कशाकशात वापरला जातो आणि कसा सर्व्ह केला जातो याची आपण कल्पनाच करू शकणार नाही.

- पारंपरिक जेवणाच्या ताटात चटणी डावीकडे मीठ व लिंबाच्या खाली वाढली जाते.
- इडली–डोशाबरोबर खाण्याची पातळ चटणी लहानशा वाटीत दिली जाते; तर घट्टसर ओली चटणी बाजूला वाढली जाते.
- बहुतेक सगळ्या रेस्टॉरंट्समध्ये टेबलवर चार–पाच कप्प्याचे भांडे असते व त्यात कोरड्या चटण्या, मीठ व लिंबू ठेवलेले असते.
- सँडविचेस करताना चटणी लोण्यात कालवून ब्रेडला लावली जाते.
- म्हैसूर डोसा तयार झाला, की त्याला आतल्या बाजूने लोणी व लाल चटणी लावून त्याची टोपीसारखी घडी घातली जाते.
- शेवपुरी, चाट या पदार्थांवर चटणी घातली जाते.
- भेळ करताना त्यात चटण्या घालून ती कालवली जाते.
- कबाब, कटलेट अशा पदार्थांशेजारी चटणी घातली जाते.
- चटणी सॅलड ड्रेसिंग म्हणून वापरत असले तर ती सॅलडमध्ये मिसळली जाते.
- पोहे, उपमा अशा पदार्थांवर कोरडी चटणी घालून ते खाल्ले जातात.
- लाल, हिरवी अशा रंगाच्या चटण्या पदार्थ सजवायला वापरल्या जातात.
- काही पदार्थ पातळ चटणीमध्ये बुडवून खाल्ले जातात.

हिरवी चटणी

भारतीय खाद्यसंस्कृतीमध्ये हिरव्या चटणीने महत्त्वपूर्ण स्थान मिळवले आहे. हिरवी चटणी भारतातल्या जवळपास सर्व प्रांतांत बनवली जाते व त्या-त्या प्रांतातील पदार्थांबरोबर खाल्ली जाते. प्रत्येक प्रांतानुसार त्यात मिरची व कोथिंबिरीच्या जोडीने इतर घटकपदार्थ घातले जातात. ती जरी वेगवेगळ्या प्रकारांनी बनवलेली असली आणि त्यातले घटकपदार्थ जरी वेगळे असले तरी ती असते मात्र झणझणीत, स्वादिष्ट आणि तोंडाला चव देणारी सर्वांची आवडती हिरवी चटणी.

प्रांताप्रांतांनुसार या हिरव्या चटणीची वेगवेगळ्या पदार्थांबरोबर साथसंगत असते. गुजरातमध्ये ती ढोकळ्याबरोबर तर पंजाबमध्ये कबाबबरोबर असते. दक्षिण भारतात ती इडली, डोशाबरोबर तर बंगालमध्ये सामोशाबरोबर असते. पारसी घरातून ती फिशबरोबर असते तर महाराष्ट्रीयन घरात रोजच्या जेवणामध्ये असते.

भेळपुरी आणि चाट यांच्याशी असलेले हिरव्या चटणीचे नाते अतूट आहे. ही चटणी मिरची, कोथिंबीर, पुदिना व काळे मीठ घालून पातळसर बनवलेली असते. चाटमधील पदार्थांवर ती गोड चटणीच्या जोडीने घातली जाते. चाटमधल्या पदार्थांना जी तिखट आणि चटपटीत चव मिळते, ती या हिरव्या चटणीमुळे.

भेळपुरीप्रमाणेच चटणी सँडविच हादेखील सर्व वयाच्या लोकांचा अगदी आवडता पदार्थ असून, दिवसाच्या कोणत्याही वेळेला तो खाल्ला जातो. ब्रेडच्या स्लाइसला लोणी आणि हिरवी चटणी लावून केलेले सँडविचेस लहान मुलांच्या डब्यात, ऑफिसच्या डब्यात, किटी पार्टीला, बर्थडे पार्टीला, सकाळच्या नाश्त्याला, अशा अनेक प्रसंगी बनवला जाणारा पोटभरीचा आणि चविष्ट पदार्थ आहे. सँडविचची चटणी कधी ओले खोबरे घालून तर कधी पुदिना घालून विविध

प्रकारांनी बनवली जाते.

हिरव्यागार मिरच्या, ताजी कोथिंबीर, खवलेला ओला नारळ आणि चवीला मीठ व साखर घालून पाट्यावर वाटलेली चटणी हा महाराष्ट्रातल्या पारंपरिक जेवणातला एक पदार्थ आहे. या चटणीवर लिंबाचा रस पिळल्याने तिला चव तर छान येतेच; पण चटणीचा रंग न बदलता तो तसाच हिरवागार राहतो. ताट वाढताना तिची डावीकडील वरच्या कोपऱ्यात मिठाच्या खालची जागादेखील ठरलेली आहे. कितीही रुचकर आणि गोडाधोडाचे जेवण असले तरी तोंडी लावायला ही हिरवी चटणी हवीच.

पारसी खाद्यसंस्कृतीमध्ये पात्रा फिश म्हणजे हिरवी चटणी लावून केळीच्या पानात गुंडाळलेला मासा हा अगदी लोकप्रिय पदार्थ असून, तो लग्नकार्यात, नवज्योतच्या वेळी, पारसी नववर्षाच्या वेळी किंवा इतर महत्त्वाच्या प्रसंगी आवर्जून केला जातो. गुजरातमध्ये हिरवी चटणी ढोकळा, कचोरी, चाट, अशा पदार्थांबरोबर खाल्ली जाते. हिरवी चटणी लावलेला सँडविच ढोकळा तर हल्ली लोकांना खूपच आवडू लागला आहे. गुजराथी पदार्थांबरोबर जी चटणी बनवली जाते त्यात फक्त मिरची, कोथिंबीर, पुदिना आणि चवीला मीठ, साखर व लिंबू घातलेले असते. चटणीला दाटपणायेण्यासाठी काही वेळा वाटताना त्यात गाठी घातल्या जातात. ही चटणी त्यात पदार्थ बुडवून खाता येईल इतपत पातळ असते.

दक्षिण भारतीय हिरवी चटणी ही ओले खोबरे आणि कढीलिंब याशिवाय होऊच शकत नाही. त्यामध्ये आंबटपणासाठी चिंच वापरली जाते, तर दाटपणा येण्यासाठी चण्याची डाळ किंवा डाळं वापरले जाते. तयार चटणीवर दिलेली लाल मिरची आणि कढीलिंबाची फोडणी हे दाक्षिणात्य हिरव्या चटणीचे वैशिष्ट्य आहे.

उत्तर भारतात बघितले तर तिथे निरनिराळे कबाब, तंदूरी चिकन, पराठा अशा पदार्थांबरोबर हिरवी चटणी हमखास असतेच. त्या हिरव्या चटणीमध्ये कांदा व पुदिना घातलेला असतो. अशी चटणी लावून केलेले हरियाली कबाब तर लाजवाब! आपल्या हिरव्या तजेलदार रूपामुळे पानाला नटवणाऱ्या, पदार्थाला सजवणाऱ्या आणि रसना चाळवणाऱ्या हिरव्या चटणीची अशी आहे ही कहाणी!

ही बहुगुणी आणि सर्वांची आवडती हिरवी चटणी भारतातील विविध प्रांतांत कशाप्रकारे केली जाते ते बघूया!

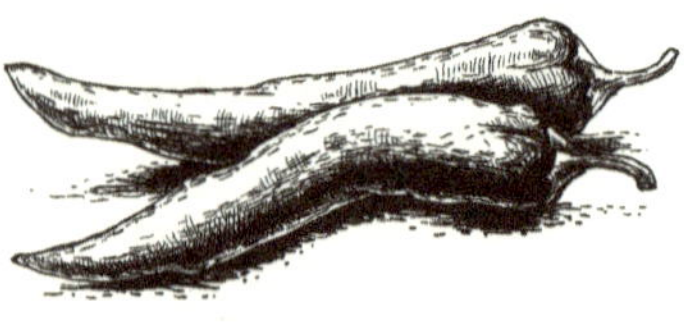

महाराष्ट्र

१ वाटी खवलेले ओले खोबरे
दीड वाटी चिरलेली कोथिंबीर
५ हिरव्या मिरच्या
चिमूटभर साखर
१ लहान चमचा लिंबाचा रस
चवीला मीठ

सर्व पदार्थ थोडे पाणी घालून पाट्यावर बारीक वाटावे. वाटलेल्या चटणीचा हाताने गोळा करता येईल इतपत ती घट्ट असावी.

गुजराथ

४ हिरव्या मिरच्या
२ वाट्या चिरलेली कोथिंबीर
अर्धी वाटी चिरलेला पुदिना
१ वाटी कुस्करलेल्या गाठी,
साखर
लिंबाचा रस
चवीला मीठ

सर्व पदार्थ मिक्सरमध्ये घालावे व जरुरीप्रमाणे पाणी घालून चटणी वाटावी.

पंजाब

१ वाटी कोथिंबीर
४ हिरव्या मिरच्या
अर्धी वाटी पुदिना
१ कांदा
लिंबाचा रस व चवीला मीठ

सर्व जिन्नस मिक्सरमध्ये घालून चटणी वाटावी. कांद्यात पाण्याचा अंश असल्यामुळे चटणी वाटताना वेगळे पाणी घालण्याची गरज नाही.

दक्षिण भारत

प्रकार १

१ वाटी ओले खोबरे
२ हिरव्या मिरच्या
अर्धी वाटी कोथिंबीर, चिंचेचे बुटुक
मीठ व साखर चवीला
फोडणीसाठी १ चमचा तेल
मोहरी, लाल मिरची व कढीपत्ता

खोबरे, कोथिंबीर, मिरच्या, चिंच, मीठ व साखर एकत्र करून चटणी वाटावी. वाडग्यात काढून त्यावर मोहरी, लाल मिरची व कढीपत्त्याची फोडणी द्यावी.

प्रकार २

१ वाटी कोथिंबीर
अर्धी वाटी भिजवलेली चण्याची डाळ
४ हिरव्या मिरच्या, कढीपत्ता
थोडी चिंच व चवीला मीठ

सर्व पदार्थ व पाणी मिक्सरमध्ये घालून चटणी वाटावी. इडली किंवा डोसा बुडवून खाता येईल इतपत ती सरसरीत असावी.

हिरवी चटणी करताना हे करून बघावे.

- चटणीसाठी हिरवीगार व ताजी कोथिंबीर व ताज्या हिरव्या मिरच्या घ्या
- चटणी हिरवीगार होण्यासाठी ती वाटायच्या आधी दोन थेंब तेलात कोथिंबीर काही सेकंद परतून घ्यावी.
- कोथिंबीर परतताना त्यात हळद घातली तर वाटल्यावर चटणीचा हिरवेपणा टिकून राहतो.
- चटणी वाटताना त्यात किंचित हळद व साखर घातली तर चटणीला एक वेगळाच हिरवा रंग मिळतो.
- चटणीमध्ये घातलेल्या लिंबाच्या रसामुळे ती हिरवीगार राहते.

लाल चटणी

लाल चटण्या या मुख्यत: टोमॅटो, लाल मिरच्या व लाल तिखट वापरून केलेल्या असतात. लाल चटणी करताना निरनिराळ्या स्वरूपातल्या लाल मिरच्या वापरल्या जातात. काही जातींमध्ये मिरच्या लाल रंगाच्याच असतात; तर काही मिरच्या झाडावर पिकल्या की त्या लाल रंगाच्या होतात. अशा ओल्या मिरच्या लाल चटणीसाठी वापरल्या जातात. झाडावर पिकलेल्या मिरच्या वाळवल्या जातात व ज्या आपण नेहमी वापरतो त्या सुक्या लाल मिरच्या, वाळलेल्या मिरच्या भरड कुटल्या की तयार होतात. पाश्चात्त्य चटण्यांमध्ये वापरले जाणारे 'चिली फ्लेक्स'. याच मिरच्यांची बारीक पूड केली की तयार होते, आपल्या रोजच्या वापरातले लाल तिखट.

दुसऱ्या प्रकारची लाल चटणी ही टोमॅटोपासून बनवली जाते. टोमॅटो सर्वत्र मिळत असल्यामुळे त्याच्या असंख्य प्रकारच्या चटण्या बनवल्या जातात. वनस्पतिशास्त्राप्रमाणे टोमॅटो हे जरी फळ असले तरी आज ते एक भाजी म्हणूनच ओळखले जाते. गोल, लांबुडके, कंगोरे असलेले असे विविध आकाराचे आणि लालचुटुक रंगाचे टोमॅटो दिसतात तर छानच; पण त्याची आंबटगोड चवही फार छान असते. चेरी टोमॅटो या नावाने ओळखले जाणारे छोटे छोटे टोमॅटो तर अगदी चेरीसारखे दिसतात.

टोमॅटोचे मूळ दक्षिण अमेरिकेतले मानले जाते. स्पॅनिश वसाहतवाल्यांनी सर्वप्रथम त्यांचा युरोपभर प्रसार केला. सुरवातीला लोक हे फळ खाण्यास तयार नव्हते; पण एकदा त्यांना त्याची चव आवडली. मग बघताबघता ते जगभर लोकप्रिय झाले. आज त्याच्या असंख्य जाती विकसित झाल्या असून, वेगवेगळ्या

देशांत ते वेगवेगळ्या स्वरूपांत वापरले जातात. ही रसाळ भाजी प्रामुख्याने सूप व सॉससाठी वापरली जात असली तरी त्यापासून चटणी, भाजी, सालसा, सॅलड असे निरनिराळे चविष्ट पदार्थसुद्धा बनवले जातात.

टोमॅटोमध्ये अतिशय कमी म्हणजे १०० ग्रॅममध्ये फक्त १८ कॅलरीज असतात. तंतुमय पदार्थ व पाण्याचा अंश खूप असल्याने वजन कमी करण्यासाठी त्याचा उपयोग होतो. फॉलिक ॲसिड, पोटॅशिअम व सी आणि ई जीवनसत्त्वांनी परिपूर्ण असलेले टोमॅटो शरीरातील कोलेस्टेरॉलची पातळी कमी करण्यासाठी व डोळ्यांच्या आरोग्यासाठी उपयोगी ठरतात.

आंबटगोड चवीची ही भाजी भारतीय स्वयंपाकघरात या ना त्या प्रकारे वापरली जाते. टोमॅटो चटणी हा त्यातलाच एक प्रकार. टोमॅटोच्या जोडीने कांदा, लसूण, आले, मिरच्या, डाळ असे पदार्थ वापरून अफलातून चवीच्या चटण्या बनवल्या जातात. भारतातील प्रत्येक प्रांतात त्या वेगवेगळ्या पद्धतींनी बनवतात. काही चटण्यांमध्ये टोमॅटो शिजवला जातो, तर काहींमध्ये तो कच्चाच वापरला जातो. शिजवलेली टोमॅटो चटणी जास्त दिवस टिकू शकते. ही चटणी ऑफिस किंवा शाळेच्या डब्यात नेली असता दिवसभर छान टिकू शकते, त्यामुळेच लांबच्या प्रवासात नेण्यासाठीदेखील ती उपयुक्त ठरते. गोड वा तिखट अशा दोन्ही चवीची टोमॅटो चटणी इडली, डोसा, पराठा, ब्रेड, अशा कोणत्याही पदार्थाबरोबर खाल्ली जाते.

टोमॅटो व सुक्या मेव्याची चटणी

अर्धा किलो पिकलेले लालबुंद टोमॅटो
१२ खजूर, १० मनुका, ६ काजू
१ कप किसलेला पिवळा गूळ
२ लाल मिरच्या, चवीला मीठ
फोडणीसाठी जिरे
हिंग व मोहरी

टोमॅटो पाण्यात घालून पाच-सात मिनिटे चांगले उकळावेत. झाकण लावून ठेवावे. गार झाल्यावर पाण्यातून काढून साल काढावे व बारीक कुस्करून घ्यावे. काजू अर्धे करावेत व खजुराचे बारीक तुकडे करावेत. नॉनस्टिक भांड्यात लाल मिरच्यांचे तुकडे, जिरे, हिंग व मोहरीची फोडणी करून त्यावर कुस्करलेले टोमॅटो टाकावेत. टोमॅटोमधला पाण्याचा अंश जाऊन मिश्रण जरा कोरडे झाले, की खजूर, मनुका, काजू व गूळ घालावा. चटणी घट्ट होईपर्यंत शिजवावी. टोमॅटोमधले सर्व रस आटला व त्यात पाण्याचा अंश राहिला नाही तर कोणतेही प्रिझर्वेटिव्ह न घालता ही चटणी बरेच दिवस चांगली टिकू शकते.

दाक्षिणात्य टोमॅटो चटणी

२ मोठे टोमॅटो
४ मद्रास कांदे
२ लाल मिरच्या
१ चमचा भिजवलेली हरभरा डाळ
चवीला चिंचेचा कोळ
थोडा कढीपत्ता
मीठ व साखर

वरील सर्व पदार्थ एकत्र करून बारीक वाटावे. कढईमध्ये तेल गरम करून त्यात मोहरी टाकावी. ती तडतडल्यावर त्यात डाळ व कढीपत्ता घालावा. जरासे परतून त्यावर वाटलेले मिश्रण घालावे व तेल सुटेपर्यंत परतावे. गार झाल्यावर चटणी तशीच ठेवावी किंवा लागेल तसे थोडे पाणी घालून पातळ करावी.

मोहरी टोमॅटो चटणी

५ टोमॅटो, १ कांदा
१ मोठा चमचा आले व लसूण पेस्ट
अर्धा कप चिरलेली कोवळी मोहरीची पाने, २ मोठे चमचे मोहरी किंवा मोहरीची डाळ
१ चमचा लाल तिखट
चवीला मीठ
३ मोठे चमचे तेल, मोहरी हिंग व हळद फोडणीसाठी

टोमॅटो व कांदा बारीक चिरून घ्यावा. थोडे तेल तापवून त्यात मोहरी टाकावी. ती तडतडल्यावर त्यात कांदा व टोमॅटो घालून परतावे. झाकण लावून एक वाफ द्यावी. त्यात मोहरीची चिरलेली पाने, लाल तिखट, मीठ व आले लसूण पेस्ट घालावी. मिश्रण मंद आचेवर शिजू द्यावे. तव्यावर उरलेली मोहरी किंचित भाजून घ्यावी व झाल्यावर तिची जेवढी साल निघेल तेवढी काढून टाकावी. साल काढलेली मोहरी थोड्याशा पाण्यात कालवून मिक्सरमध्ये फेसून घ्यावी. मोहरीचा वास नाकात जायला पाहिजे.

मोहरीऐवजी मोहरीची डाळ वापरली तरी चालू शकते. फेसलेली मोहरी टोमॅटोच्या मिश्रणात टाकावी व त्यातला पाण्याचा अंश जाऊन जरा घट्ट होईपर्यंत शिजवावी. तयार चटणी मिक्सरमध्ये बारीक वाटून घ्यावी. उरलेल्या सर्व तेलात हिंग, मोहरी व हळद घालून फोडणी करावी व त्यावर वाटलेली चटणी घालून जरा वेळ परतावी. मिक्सरचे झाकण उघडल्यावर मोहरीचा वास आला तर चटणी जमली असे समजावे.

टोमॅटोची चटणी

प्रकार १

१४ मोठे टोमॅटो
६ पाकळ्या लसूण
इंचभर आल्याचा तुकडा
२ चमचे लाल तिखट
२ मोठे चमचे तेल
चवीसाठी मीठ
साखर

टोमॅटो थोडा वेळ उकळत्या पाण्यात ठेवून त्याची साले काढून घ्यावी. गार झाल्यावर त्याच्या फोडी कराव्यात. आले व लसूण भरड वाटून घ्यावे. कढईमध्ये तेल घालून हिंग, हळद व मोहरीची फोडणी करावी. त्यात आले, लसूण परतावे. टोमॅटोच्या फोडी घालून तेल सुटेपर्यंत मंद आचेवर शिजवावे. नंतर लाल तिखट व मीठ घालून सारखे करावे.

हीं जरी चटणी असली तरी ती वाटायची नाही हे तिचे वैशिष्ट्य आहे. त्यामध्ये पाण्याचा अंश राहत नसल्याने ती आठवडाभर टिकू शकते.

प्रकार २

३ टोमॅटो
१ कांदा, इंचभर आलं
३ लाल मिरच्या
१ मोठा चमचा किसलेले सुके खोबरे
चवीला मीठ व साखर
फोडणीसाठी हिंग
मोहरी व कढीपत्ता

टोमॅटो व कांदा बारीक चिरून थोड्या तेलावर परतावा. तो जरासा शिजल्यावर त्यात लाल मिरच्याचे तुकडे व खोबरे घालून परतावे. गार झाल्यावर मीठ, साखर व लागेल तसे पाणी घालून मिक्सरमध्ये बारीक वाटावे. वाडग्यात काढून वरून हिंग, मोहरी व कढीपत्त्याची फोडणी द्यावी. ही चटणी सरसरीत असते.

पांढऱ्या चटण्या

पांढऱ्या रंगाच्या चटण्या बहुतेक वेळा खोबरे, शेंगदाणे, तीळ यांपासून बनवलेल्या असतात. अनेक प्रकारच्या चटण्यांचा 'बेस' खोबऱ्याचा किंवा शेंगदाण्याचा असतो. त्यात कोथिंबीर, लसूण, पुदिना अशा वनौषधी किंवा तीळ, जवस, कारळं अशा तेलबिया घालून निरनिराळ्या चवीच्या चटण्या बनवल्या जातात. नारळ व शेंगदाणे हे दोन पदार्थ वेगवेगळ्या प्रकारच्या चटण्यांमध्ये इतर पदार्थांबरोबर वापरलेले असतात.

खोबऱ्याच्या चटण्या करताना हे लक्षात ठेवा.

- नारळाची चटणी वाटल्यावर त्याला पाणी सुटते. ते सुटू नये म्हणून आधी सर्व जिन्नस मीठ घालून कोरडे वाटून घ्यावे व नंतर त्यात थोडे पाणी घालून चटणी वाटावी.
- हिवाळ्याच्या दिवसात ओल्या खोबऱ्याची चटणी वाटताना पांढऱ्या रंगाचा तेलकट द्रव सुटतो. अशा वेळी चटणी वाटताना त्यात कोमट पाणी (गरम नाही) वापरणे योग्य ठरते.
- चटणीचे पदार्थ परतून घ्यायचे असतील व त्यात सुके खोबरे असेल तर ते सर्वांत शेवटी परता. सुके खोबरे शेवटी परतल्यामुळे भांड्यात राहिलेले तेल वाया जात नाही. भांड्यातले सगळे तेल सुके खोबरे शोषून घेते.
- नारळाचे दूध काढून राहिलेला चोथा टाकून न देता कोणतीही चटणी वाटताना त्यात वापरावा.

■ शेंगदाणे

बेसिक शेंगदाणा चटणी

बेसिक शेंगदाणा चटणीला शेंगदाणा मसाला चटणी किंवा शेंगदाणा मसाला पावडर असे म्हटले जाते. मसाला चटणी ओली असते, तर मसाला पावडर कोरडी असते. अनेक घरांत अशी चटणी करून ठेवलेली असते. ती चटणी म्हणून तर खाल्ली जातेच; पण वेगवेगळ्या भाज्यांमध्ये घालण्यासाठीदेखील त्याचा उपयोग केला जातो. रस्सा भाजीला या चटणीमुळे दाटपणा मिळतो.

शेंगदाणा मसाला पावडर

१ कप भाजून सोललेले शेंगदाणे
२ चमचे लाल तिखट
मीठ
साखर चवीला

सर्व पदार्थ मिक्सरमध्ये घालून, त्याचे बारीक कूट करावे. हे कूट बरेच दिवस टिकते.

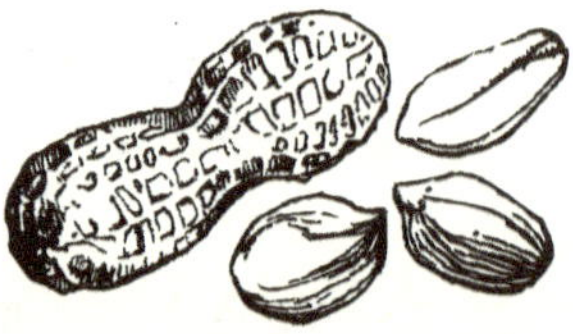

शेंगदाणा मसाला चटणी

१ कप भाजून सोललेले शेंगदाणे
५ हिरव्या मिरच्या
अर्धी वाटी कोथिंबीर
चवीसाठी मीठ
साखर

शेंगदाणे, मिरच्या, कोथिंबीर, मीठ, साखर व थोडे पाणी घालून मिक्सरमध्ये बारीक वाटा. ही चटणी घट्टसरच असते. त्यात मिरच्या, कोथिंबीर हे ताजे पदार्थ व पाणी असल्याने फ्रिजमध्ये ठेवून लागेल त्याप्रमाणे वापरावी.

चटणीमध्ये वापरल्या जाणाऱ्या वनौषधी

चटणी हिरवी, लाल, पांढरी अशी कोणत्याही रंगाची असो, कोथिंबीर, मिरच्या, पुदिना, कढीपत्ता, आले व लसूण या वनौषधी त्यामध्ये कमी जास्त प्रमाणात घातलेल्या असतातच. त्या आपल्या हिरव्यागार वा लाल रंगामुळे तसेच अंगच्या विशिष्ट स्वादामुळे चटणीची लज्जत वाढवतात. या सगळ्या वनौषधी म्हणजे भारतीय स्वयंपाकातले अविभाज्य घटक आहेत. कोणताच पदार्थ त्याशिवाय पूर्ण होऊ शकत नाही. हे पदार्थ जरी प्रामुख्याने चटणी करताना वापरत असले तरी निरनिराळे पदार्थ बनवताना ते निरनिराळ्या स्वरूपात वापरले जातात.

या सहा वनौषधींचे वैशिष्ट्य म्हणजे त्या घरासमोरील बागेत किंवा कुंड्यांतून लावण्यासाठी योग्य आहेत. दोन-चार मिरचीची रोपे, कढीलिंबाचे छोटेसे झाड व कुंडीतील कोथिंबीर, पुदिना, आले व लसूण फारशी काळजी न घेता छान वाढतात. ताजे आले आणून कुंडीत लावले तर ते चांगले वाढते. लसणीच्या कुड्यादेखील कुंडीत लावता येतात. **आपल्या बागेत लावलेली अशी ताजी हर्ब्ज वापरण्याची मजा काही वेगळीच असते.**

■ कोथिंबीर

अमेरिका व युरोपच्या काही भागांत सिलांट्रो, काही आशियाई देशांत चायनीज पार्सले आणि भारत व आसपासच्या देशांत धनिया या नावाने ओळखली जाणारी कोथिंबीर जगातील वेगवेगळ्या देशांत खाण्याचे पदार्थ सजवण्यासाठी आणि नटवण्यासाठी वापरली जाते. तयार पदार्थ सर्व्ह करताना त्यावर बारीक चिरलेली कोथिंबीर घातली की तो नक्कीच आकर्षक दिसतो. काही पदार्थांच्या सजावटीसाठी

कोथिंबिरीची अख्खी पानेदेखील लावली जातात.

कोथिंबीरपासून कोथिंबीर वडी, कोथिंबीर भजी, कोथिंबीर भात, कोथिंबीर चिकन असे पदार्थ बनवत असले तरी बहुतेक वेळा ती कच्चीच चिरून पदार्थावर घातली जाते. कोथिंबीर शिजवली असता त्याचा रंग बदलण्याची व स्वाद कमी होण्याची शक्यता असते. या वनौषधीचे सर्व भाग खाण्यायोग्य असे असतात; पण प्रामुख्याने कोवळी हिरवीगार पाने आणि त्याचे वाळवलेले बी म्हणजे धने हे स्वयंपाकामध्ये वापरले जातात. दोन्हीच्या चवीमध्ये व स्वादामध्ये जरासा फरक असतो. कोथिंबिरीचे देठ वाटणात वापरले जाताते, तर मुळे थाई करीमध्ये वापरली जातात. पानांपेक्षा या मुळांना जरासा उग्र वास असतो.

कोथिंबिरीमध्ये भरपूर प्रमाणात कॅल्शिअम, मँगेनिज, फॉस्फरस व लोह ही खनिजे असून, ती अ आणि क जीवनसत्त्वांनी परिपूर्ण अशी असते. शरीरातील कोलेस्टेरॉल व साखरेची पातळी कमी करण्यासाठी कोथिंबीर खाल्ली जाते. ती डोळ्यांच्या व त्वचेच्या आरोग्यासाठीदेखील उपयुक्त ठरते.

■ पुदिना

पुदिना ही वनस्पती टवटवी आणणारी किंवा ताजेतवाने करणारी म्हणून प्रसिद्ध आहे. हिरव्या चटणीमध्ये तो घातल्याने चटणीलासुद्धा ताजेपणा किंवा टवटवीतपणा मिळतो. पुदिन्यातील औषधी गुणधर्मांची शेकडो वर्षांपासून ओळख झालेली असून, आयुर्वेदात त्याचा उल्लेख केलेला आढळून येतो. पुदिन्यातला पचनशक्ती सुधारण्याचा व तोंडाला ताजगी देण्याचा (माउथ फ्रेशनर) गुणधर्म सर्वांना माहीतच आहे. दात घासायची पेस्ट, च्युइंग गम, कँडीज, चॉकोलेट व पावडर, साबण अशा सौंदर्यप्रसाधनांमध्ये त्याचा उपयोग केलेला दिसून येतो.

पुदिन्यामुळे उन्हाळ्याच्या दिवसांत शरीराला गारवा मिळतो. त्या दिवसात उन्हाचा त्रास कमी करण्यासाठी पुदिन्याचा चहा प्यायला जातो; तर थंडगार सरबतात पुदिन्याची पाने घातली जातात.

■ कढीपत्ता

भारतातील बहुतेक सर्व प्रांतांतील स्वयंपाकामध्ये विशेषत: दाक्षिणात्य पदार्थांमध्ये कढीपत्ता वापरला जातो. आपणसुद्धा रोजची भाजी, आमटी करताना फोडणीत दोन-चार कढीपत्त्याची पाने टाकतो, त्यामुळे पदार्थाला त्याचा स्वाद मिळून तो स्वादिष्ट होतो. ही कढीपत्याची पाने आपण जेवताना बाजूला काढून टाकतो हे मात्र अगदी चुकीचे आहे. त्यांची चव किंचित कडसर असते; पण तो अनेक

पोषणमूल्यांनी परिपूर्ण असा आहे. त्यामध्ये भरपूर प्रमाणात लोह आणि फॉलिक ॲसिड असते. पचनशक्ती सुधारण्यासाठी तसेच केसांच्या वाढीसाठी तो उपयुक्त ठरतो. त्यात असलेल्या या औषधी गुणधर्मांमुळे पदार्थात तो बारीक चिरून घालणे योग्य ठरते. कढीपत्याची कोरडी चटणी हादेखील त्याला पर्याय होऊ शकतो.

कोथिंबीर, पुदिना व कढीपत्ता या प्रत्येक वनौषधींची स्वतंत्रपणे चटणी केली जाते. त्यात चवीसाठी मीठ, मिरची व जोडीला इतर काही पदार्थ घालून त्यांची चटणी वाटली जाते.

■ मिरची

पदार्थाला तिखट झटका देणाऱ्या मिरचीला एक प्रकारचा छान स्वाददेखील असतो. कधी पदार्थाला ती वाटून लावली जाते, तर कधी फोडणी करताना त्यात मिरचीचे तुकडे घातले जातात; कधी तयार पदार्थावर तडका देण्यासाठी ती अख्खी वापरली जाते. मिरचीच्या विविध प्रकारांच्या चटण्या व लोणची बनवली जातात.

जगभरात आज मिरच्यांच्या असंख्य जाती विकसित झाल्या आहेत. प्रत्येक जातीच्या मिरचीचे रंगरूप व त्यातला तिखटपणा वेगवेगळा असतो. त्या काळपट हिरव्या, पोपटी, लाल, पिवळट पांढऱ्या अशा रंगांच्या; तर बोटाच्या पेराएवढ्या, गोल, लांबुडक्या, जाड अशा विविध आकारांच्या असतात. काही जातीच्या मिरच्या चांगल्या झणझणीत असतात, तर काही त्या मानाने सौम्य असतात. त्या त्या देशात मिळणाऱ्या मिरच्या त्यांच्या पदार्थात वापरल्या जातात.

■ बहुगुणी लसूण

लसूण ही असे एक वनौषधी आहे, जी जगातील बहुतेक, सर्व देशांतील खाद्यसंस्कृतीमध्ये या ना त्या प्रकारे वापरले जाते. काही जातींत तो पांढराशुभ्र आणि टपोऱ्या कुड्यांचा असतो; तर काही जातींत लालसर रंग व लहान कुड्यांचा असतो. या कुड्या मोकळ्या करून सोलल्या जातात व मगच तो लसूण खाण्यायोग्य होतो. बहुतेक सगळ्या भारतीय घरात दोन–चार लसणीचे गड्डे असतातच. रोजच्या भाजी, आमटीत घालण्यासाठी अथवा फोडणी देताना त्याचा वापर केला जातो. लसणीत अनेक औषधी गुणधर्म असल्यामुळे हल्ली रोजच्या आहारात त्याचा वापर करण्याकडे कल दिसून येतो. रक्तातील कोलेस्टेरॉलची पातळी कमी करण्यासाठी व हृदयविकार असलेल्या लोकांनी आपल्या आहारात लसूण जरूर घ्यावा. काहीशा उग्र आणि तिखट अशा चवीच्या लसणाचा स्वाद सर्वांना आवडतोच असे नाही; पण त्यांच्यासाठी बाजारात औषध म्हणून लसणीच्या गोळ्या उपलब्ध असतात.

लसणीची कुडी जमिनीत लावली असता त्याला पाने फुटतात–ती लसणीची पात. या पातीलादेखील एक विशिष्ट चव आणि स्वाद असतो. त्यामुळे ज्या दिवसात लसणीची पात मिळते त्यावेळी ती आवर्जून चटण्यांमध्ये व वेगवेगळ्या पदार्थांत वापरली जाते.

विविध प्रकारांनी बनवलेली लसणीची चटणी हे सर्वांचेच एक अतिशय आवडीचे तोंडी लावणे आहे. लसणीच्या कोरड्या चटणीला *लसणीचे तिखट* असेही म्हटले जाते. लसणीच्या पाकळ्या, मीठ व मिरच्या वाटून केलेल्या बेसिक लसूण चटणीमध्ये खोबरे, शेंगदाणे, कढीपत्ता, चिंच, तीळ असे वेगवेगळे पदार्थ घालून विविधता आणता येते. त्याचप्रमाणे वेगवेगळ्या पदार्थांच्या चटण्या करताना त्यात लसूण घालून तिला लसणीचा स्वाद व चव दिली जाते.

एकूण काय, तर लसूण हा चटणीमधला एक महत्त्वाचा घटक आहे.

■ आले

आले ही भारतीय तसेच अनेक आशियाई स्वयंपाकघरांत रोज वापरली जाणारी वनौषधी आहे. आपल्याकडे ताजे आले वाटून किंवा किसून काही ठरावीक भाज्या, डाळी, रस्सा तसेच अनेक शाकाहारी व मांसाहारी पदार्थांत घातले जाते. थंडीच्या दिवसांत चहामध्ये किसलेले आले घातले जाते. त्यापासून जिंजरेल, जिंजर बिअर अशी थंड पेये बनवली जातात; तर ब्रेड, बिस्किटे, केक करताना आल्याचा उपयोग केला जातो. आल्याच्या वड्या, आलेपाक, लोणचे व चटण्या हे पदार्थ तर आपल्याकडे पूर्वापार केले जातात.

आपल्या वापरात असलेले आले हे मूळ/कंद असते. ते रसाळ आणि मांसल असून काही प्रकारच्या आल्यात भरपूर शिरा असतात. त्याला तिखटपणा तसेच एक विशिष्ट स्वाद आणि चव असते. वाळवलेले आले म्हणजे सुंठ. तीदेखील बऱ्याच पदार्थांत वापरली जाते. आल्याचा औषधी उपयोग तर सर्वश्रुतच आहे.

आल्याचे चाटण

१ वाटी किसलेले आले
१ लिंबाचा रस
१ लहान चमचा साखर
चवीला काळे मीठ

आल्याच्या किसात लिंबाचा रस, मीठ व साखर घालून कालवावे. हे चाटण फ्रिजमध्ये ठेवल्यास चार–पाच दिवस टिकते. हे चाटण पाचक म्हणूनही ओळखले जाते.

आल्याची चटणी

आल्याचा ४ ते ५ इंचाचा तुकडा
५ हिरव्या मिरच्या
४ टेबलस्पून तेल
१ टेबलस्पून जिरे व मोहरी
१ टी स्पून हळद
१ टी स्पून लिंबाचा रस
चिमुटभर हिंग
चवीला मीठ

आल्याचे साल काढून चकत्या कराव्यात. मिरचीचे तुकडे करावे. आले, मिरच्या व मीठ कुटून घ्यावे. कढईमध्ये तेल गरम करून त्यात जिरे व मोहरी टाकावी. ते तडतडले की त्यात आल्याचे वाटण, हळद व हिंग टाकावा व जरा परतावे. गार झाल्यावर सटात काढून त्यावर लिंबाचा रस पिळावा.

(प्राथमिक) बेसिक लसूण चटणी

कोरडी चटणी

लसणाच्या २० पाकळ्या
४ मोठे चमचे लाल तिखट
१ मोठा चमचा धने पावडर
चवीला मीठ

खलबत्त्यामध्ये लसूण पाकळ्या व मीठ ठेचून घ्यावे. ठेचता ठेचता त्यात थोडीथोडी धने पावडर व लाल तिखट घालावे. मिश्रण बारीक होईपर्यंत कुटावे. लसणीची ही चटणी अगदी कोरडी न होता किंचित ओलसर होते.

ओली चटणी

२० पाकळ्या लसूण
५ हिरव्या मिरच्या
थोडी कोथिंबीर
लिंबाचा रस
चवीला मीठ

सर्व पदार्थ थोडे पाणी घालून मिक्सरमध्ये बारीक वाटावेत.

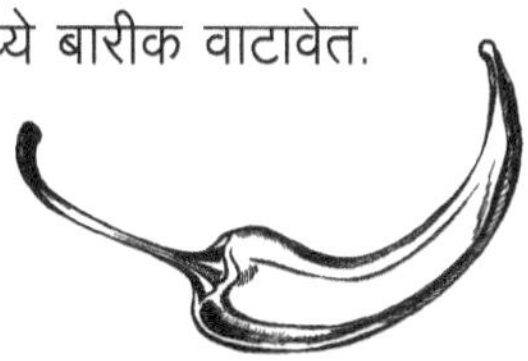

पावसाळ्यातील औषधी चटण्या

पावसाळ्याच्या दिवसांत वरचेवर पोटाच्या तक्रारी उद्भवतात. पोटाचा त्रास होऊ नये म्हणून दह्यात कालवून केलेली हिंगाची किंवा आल्याची चटणी खावी. मात्र या चटण्यांमधले दही अधमुरे किंवा अगदी गोड असावे.

आल्याची चटणी

२'' आल्याचा तुकडा
अर्धी वाटी खवलेला नारळ
१ हिरवी मिरची
चमचाभर चिरलेली कोथिंबीर
अर्धी वाटी दही
मीठ व साखर चवीला

आल्याचे साल काढून तुकडे करावेत. आल्याचे तुकडे, खवलेला नारळ, मिरच्या, मीठ व साखर बारीक वाटावी. दही फेटून त्यात वाटलेली चटणी कालवावी. वरून चिरलेली कोथिंबीर घालावी.

हिंगाची चटणी

अर्धी वाटी ओले खोबरे
३ हिरव्या मिरच्या
लहान लिंबाएवढा हिंगाचा खडा
चिंचेचे बुटुक
चवीला मीठ
फोडणीसाठी तूप व जिरे

हिंग फोडून थोड्या पाण्यात भिजत घालावा. हिंग पाण्यात विरघळल्यावर त्यात खोबरे, मिरच्या, चिंच, मीठ घालून बारीक वाटून घ्यावे. वाटलेली चटणी दह्यात कालवून वरुन तूप-जिऱ्याची फोडणी द्यावी.

ठेचा आणि खर्डा

महाराष्ट्राच्या ग्रामीण भागात ज्वारीची भाकरी आणि त्याबरोबर लसणीचा आणि मिरचीचा ठेचा किंवा खर्डा खाल्ला जातो. ठेचा आणि खर्डा या दोन्ही एक प्रकारच्या चटण्याच आहेत. या चटण्या शक्यतो पाटा-वरवंट्यावर केल्या जातात. पदार्थ ठेचून जी चटणी केली जाते तो ठेचा व पदार्थ खरडून जी चटणी बनवली जाते तो खर्डा. मूलभूत ठेचा किंवा खर्डा हा हिरव्या मिरच्या व मीठ ठेचून केला जातो. त्यात लसूण, दाणे, कोथिंबीर असे इतर पदार्थ घालून त्याला वेगळी चव दिली जाते.

लाल मिरचीचा खर्डा

१० ते १५ लाल मिरच्या
१० लसूण पाकळ्या
मीठ, लिंबाचा रस
१ चमचा तेल
मोहरी व हळद

मिरच्यांचे देठ काढून त्याचे तुकडे करावे. लसूण सोलून घ्यावा. तेल तापवून त्यात मोहरी टाकावी. ती तडतडल्यावर त्यात मिरच्या व लसूण टाकून परतावे. हळद व मीठ टाकून विस्तवावरून उतरवावे. पाट्यावर खडबडीत वाटून त्यात लिंबाचा रस घालून सारखे करावे.

मिरचीचा खर्डा

प्रकार १

१५ हिरव्या मिरच्या
चिमूटभर मीठ
थोडा लिंबाचा रस

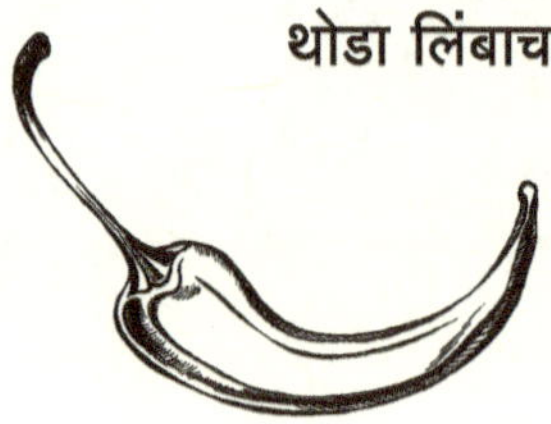

मिरच्यांचे देठ काढून त्यांचे तुकडे करावे. त्या तुकड्यांना लिंबाचा रस व मीठ चोळून तासभर ठेवावे. पाट्यावर घालून एक घसारा मारावा.

लिंबाचा रस व मीठ चोळून ठेवल्यामुळे मिरच्या त्यात मुरतात व खर्ड्याचा रंग हिरवा राहतो.

प्रकार २

१० हिरव्या मिरच्या
२'' आल्याचा तुकडा
१० लसूण पाकळ्या
थोडी कोथिंबीर
चवीपुरते मीठ
फोडणीसाठी तेल, मोहरी
हिंग व हळद

मिरच्यांचे देठ काढून त्याचे तुकडे करावेत. लसूण सोलून घ्यावा, आल्याचे साल काढून तुकडे करावेत. कोथिंबीर निवडून घ्यावी. सर्व पदार्थ पाट्यावर घालून खरडावे-खरबरीत वाटावे. तेल गरम करून त्यात मोहरी, हिंग व हळदीची फोडणी करावी व गरम असतानाच खर्ड्यावर घालावी.

शेंगदाण्याचा ठेचा

१ वाटी कच्चे शेंगदाणे
५ हिरव्या मिरच्या
५ लसूण पाकळ्या
चवीला मीठ
१ मोठा चमचा तेल

कढईमध्ये तेल तापवून त्यात दाणे परतावेत व ताटलीत काढावेत. त्याच तेलात मिरच्या, मीठ व लसूण परतावा. गार झाल्यावर दगडी खलबत्त्यात जाडसर कुटावे. कुटताकुटता तेल सुटून ठेच्याचा गोळा होईल.

लसणीचा ठेचा

१५-२० लसूण पाकळ्या
४ लाल मिरच्या
१ चमचा सुक्या खोबऱ्याचे तुकडे
चवीला मीठ, थोडे तेल

लसूण सोलून घ्यावा. लाल मिरच्यांचे देठ काढून तुकडे करावेत. तेल तापवून त्यावर लसूण, मिरच्या व खोबरे परतून घ्यावे. मिश्रणात मीठ घालावे व पाट्यावर घालून वरवंट्याने ठेचावे.

■ फोडणी

भारतीय स्वयंपाक करताना त्यातला फोडणी किंवा तडका हा एक महत्त्वाचा भाग आहे. पदार्थाची चव राखण्यासाठी उत्तम व योग्य फोडणी करणे आवश्यक असते. ही फोडणी अतिशय काळजीपूर्वक करायला लागते; नाहीतर चटणीचा किंवा ज्या पदार्थासाठी ती करायची आहे त्याचा सगळा बाजच बिघडून जातो. आपल्याकडे बऱ्याच प्रकारच्या ओल्या चटण्यांमध्ये वरून फोडणी घातली जाते किंवा चटणीत घालावयाचे पदार्थ आधी फोडणीला टाकले जातात. यासाठी

फोडणी करताना काही गोष्टी लक्षात ठेवल्या पाहिजेत.

- फोडणी करताना तेल नीट तापले पाहिजे.
- फोडणीत घातलेली मोहरी चांगली तडतडली पाहिजे.
- तेल पुरेसे तापले नसेल तर फोडणी कडसर लागते.
- तेल जास्त तापले तर त्यात घातलेले पदार्थ जळतात.
- मोहरी तडतडल्यावर त्यात हिंग घाला. गरम तेलात हिंग लगेच फुलतो त्यामुळे हिंग घालून गॅस लगेच बंद करावा.
- गॅस बंद केल्यानंतर लगेच त्यात हळद घालावी.

पदार्थांना वाफ कशी द्यावी?

१. दणदणीत वाफ द्यावी.
२. पदार्थ मंद आचेवर ठेवून त्याला वाफ द्यावी.
३. झाकण लावून पदार्थ वाफेवर शिजवावा.
४. पदार्थ चाळणीवर ठेवून वाफवून घ्यावा.
५. पदार्थ घातलेल्या पाण्याला उकळी आली की झाकण लावून गॅस बंद करावा.

तेलबिया

आपल्याकडे बऱ्याच तेलबियांची तसेच वेगवेगळ्या नट्सची चटणी केली जाते. नट्सचा अर्थ कठीण कवचाच्या फळातील खाण्यायोग्य अशी बी. शेंगदाणे, अक्रोड, काजू, बदाम ही त्याची उदाहरणे आहेत. काश्मीरमध्ये अक्रोड मुबलक प्रमाणात मिळत असल्याने आपण दाण्याची चटणी करतो तशी तिथे अक्रोडाची चटणी बनवली जाते. जवस, तीळ, कारळे, शेंगदाणे अशा काही तेलबिया कुटून त्यापासून कोरड्या चटण्या बनवल्या जातात. त्या बियांतील तेलाच्या अंशामुळे चटणीला चांगली चव व पोत मिळतो. भाकरी किंवा पोळीबरोबर खाल्ल्या जाणाऱ्या या चटण्या दह्यात कालवून किंवा नुसत्या खाल्ल्या जातात.

■ तीळ

छोटेसे आणि नाजूक तीळ दिसतातच खूप छान. बाजारात पांढरे, काळे, लालसर आणि पिवळट रंगाचे तीळ मिळतात; पण स्वयंपाकघरात बहुतेक करून पॉलिश केलेले पांढरे शुभ्र तीळ जास्त वापरले जातात. बर्मा, चीन, भारत व आफ्रिकेतील बऱ्याच देशांत पिकणारे तीळ वर्षभर मिळतात. तीळ हे नायजेरिया, सुदान, इथिओपिया या देशांतील एक मुख्य पीक आहे.

तिळात बऱ्याच प्रमाणात स्निग्धांश असल्यामुळे त्यापासून तेल काढले जाते. काळ्या तिळामध्ये तेलाचा अंश सर्वांत जास्त असतो. या तेलाचा मसाज करण्यासाठी तसेच अनेक औषधी कारणांसाठी उपयोग केला जातो. आयुर्वेदिक औषधांमध्ये काळ्या तिळाचा वापर केला जातो.

तिळाचा स्वाद आणि कुरकुरीतपणामुळे अनेक खाद्यसंस्कृतींमध्ये ते

वेगवेगळ्या पदार्थांत वापरले जातात. मलेशिया, इंडोनेशिया, थायलंड अशा काही देशांत तर ते रोजच्या स्वयंपाकात वापरले जातात. बिस्किटे, ब्रेड, केक अशा बेकरी प्रॉडक्ट्समध्ये, स्टरफ्राय केलेल्या पदार्थांत तसेच अनेक दाक्षिणात्य गोड पदार्थांत ते वापरले जातात. किंचित भाजून घेतलेले तीळ सॅलेडमध्ये अथवा पदार्थ सजवण्यासाठी वापरतात. युरोपमध्ये मार्गारिन बनवताना त्यात तिळाचा वापर केला जातो. मध्यपूर्व देशात तिळापासून बनवलेली पेस्ट–ताहिनी खूप वापरली जाते. तिळात भरपूर कॅल्शिअम असून, त्यामुळे शरीराला उष्णता आणि ऊर्जा मिळते. या कारणामुळेच जानेवारी महिन्यात मकर संक्रांतीला तिळगूळ बनवला जातो. त्यावेळी तिळाच्या वड्या, लाडू, तीळ घालून केलेल्या गुळाच्या पोळ्या असे अनेक पदार्थ बनवले जातात. या व्यतिरिक्त तिळाची वेगवेगळ्या प्रकारांनी चटणी बनवली जाते; तर वेगवेगळ्या पदार्थांच्या चटण्या करताना त्यात तीळ घातले जातात.

तीळ खोबऱ्याची चटणी

१ वाटी तीळ
१ वाटी सुके खोबरे
४ हिरव्या मिरच्या
५ लसूण पाकळ्या
चवीला मीठ

तीळ व खोबरे किंचित गरम करून घ्यावे. मिरच्यांचे तुकडे करून घ्यावेत. लसूण सोलून घ्यावा. तीळ, खोबरे, मिरच्यांचे तुकडे व लसूण मिक्सरमध्ये पाणी न घालता वाटावा. ही चटणी फार बारीक न करता जरा भरडच ठेवावी.

तीळकूट

१ वाटी तीळ
पाव वाटी भाजलेले शेंगदाणे
पाव वाटी किसलेले सुके खोबरे
१ चमचा लाल तिखट
चिंचेचे १ बुटुक
चवीला साखर व मीठ

कढईमध्ये तीळ कोरडे भाजून घ्यावेत. किसलेले खोबरे जरासे भाजून घ्यावे. लाल करू नये. खलबत्त्यात प्रथम खोबरे व तीळ कुटून घ्यावे. नंतर त्यावर दाणे, चिंच, साखर व मीठ घालून कुटून घ्यावे. अशा पद्धतीने केलेले तिळकूट बरेच दिवस टिकते.

तिळाची चिवडा चटणी

अर्धी वाटी तीळ
अर्धी वाटी किसलेले खोबरे
अर्धी वाटी दाण्याचे कूट
४ हिरव्या मिरच्या
थोडा कढीपत्ता
मीठ व साखर चवीला
२ मोठे चमचे तेल
फोडणीसाठी जिरे, हिंग व हळद

थोड्या तेलात तीळ, खोबरे व दाण्याचे कूट वेगवेगळे परतून घ्यावे. सर्व जिन्नस कुरकुरीत झाले पाहिजेत. उरलेल्या तेलाची जिरे, हिंग व हळद घालून फोडणी करावी. त्यावर मिरच्यांचे तुकडे व कढीपत्ता टाकून कुरकुरीत होईपर्यंत परतावे. त्यात तीळ, खोबरे, दाण्याचे कूट व मीठ साखर घालून हलक्या हाताने ढवळावे व गॅस बंद करावा. गार झाल्यावर चटणी घट्ट झाकणाच्या बरणीत भरावी.

तीळ व दाण्याची दह्यातली चटणी

अर्धी वाटी तीळ
अर्धी वाटी दाण्याचे कूट
अर्धी वाटी दही
२ हिरव्या मिरच्या
मीठ व साखर

तीळ हलके होईपर्यंत कोरडे भाजून घ्यावेत. मिक्सरमध्ये तीळ, मिरच्या व मीठ बारीक करून घ्यावे. त्यात दाण्याचे कूट घालून परत एकदा वाटावे. वाडग्यात काढून दह्यात कालवावे.

तिळाची हिरवी चटणी

१ वाटी तीळ
१ वाटी चिरलेली कोथिंबीर
८ पाकळ्या लसूण
५ हिरव्या मिरच्या, मीठ

तीळ तव्यावर टाकून हलके होईपर्यंत भाजून घ्यावेत. भाजलेले तीळ, कोथिंबीर, लसूण, मिरच्या व मीठ थोडेसे पाणी घालून मिक्सरमध्ये बारीक वाटावे.

तिळाची ओली चटणी

१ कप तीळ, ३ टेबलस्पून खवलेला नारळ, १ टी स्पून चिंचेचा कोळ, ३ हिरव्या मिरच्या, ३ पाकळ्या लसूण, मीठ चवीला
फोडणीसाठी १ टी स्पून तेल
लाल मिरची, कढीपत्ता
हिंग व मोहरी

तीळ, नारळ, चिंच, मिरच्या, लसूण व मीठ पाणी घालून मिक्सरमध्ये बारीक वाटावे. वरून लाल मिरची व कढीपत्त्याची फोडणी द्यावी.

■ कारळे

कारळ्याचे मूळ इथिओपियामधले मानले जाते. तिथे आजही कारळ्याची मोठ्या प्रमाणावर लागवड केली जाते व ते निर्यात केले जाते. भारतात तसेच काही आशियाई देशांतदेखील कारळ्याचे पीक घेतले जाते. मराठीमध्ये कारळे किंवा खुरसणी म्हणून ओळखल्या जाणाऱ्या तेलबियांना इंग्लिशमध्ये *निगर सीड्स* म्हटले जाते. कारळे आकाराने लांबुडके व काळ्या रंगाचे असून त्यावर चांगले जाडजूड साल असते, त्यामुळे झाडावरून काढल्यापासून ते खूप दिवस चांगले टिकतात. कारळ्यामध्ये भरपूर प्रथिने व अनेक औषधी गुणधर्म असतात. त्यापासून तेल काढले जाते व ते क्वचित स्वयंपाकासाठीदेखील वापरले जाते. कारळ्यात अनेक औषधी गुणधर्म असून त्याचे तेल त्वचेच्या व डोळ्यांच्या आरोग्यासाठी उत्तम मानले जाते.

भारतातील अनेक प्रांतांत कारळ्यापासून चटणी बनवली जाते. त्यांचा उपयोग भाज्यांमध्ये किंवा रश्श्यामध्ये घालण्यासाठी केला जातो. बऱ्याच देशात कारळे हे पक्ष्यांचे खाद्य म्हणून वापरले जाते.

कारळे व तीळ खोबऱ्याची चटणी

काळे तीळ, किसलेले सुके खोबरे व अर्धा कप प्रत्येकी कारळे
४ सुक्या मिरच्या
मीठ व साखर चवीला

कारळे, तीळ, सुके खोबरे व मिरच्या वेगवेगळे भाजून घ्याव्ये. गार झाल्यावर मीठ व साखर घालून मिक्सरमध्ये बारीक करावे.

गुरेलू चटणी

१ कप कारळे
अर्धा कप किसलेले खोबरे
१५-२० कढीपत्याची पाने
२ चमचे लाल तिखट, चिमूटभर हळद, १ चमचा धणे पावडर
१ चमचा तेल, चिंचेचे बुटुक
चवीला गूळ आणि मीठ

खोबरे, कढीपत्ता व कारळे तेलावर चांगले परतून घ्यावे. त्यात हळद, तिखट, धणे पावडर, चिंच, गूळ व मीठ घालून मिक्सरमध्ये वाटावे.

कर्नाटकात कारळ्याला 'गुरेलू' म्हणतात.

खुरसणीची चटणी

१ कप कारळे
लसणाच्या १० पाकळ्या
१ कांदा
१ मोठा चमचा सुके खोबरे
१ छोटा चमचा धणे व जिरे पावडर
१ छोटा चमचा लाल तिखट
१ छोटा चमचा तेल
मीठ, साखर

कांदा उभा चिरून तासभर कापडावर पसरून ठेवावा. तेल तापवून त्यात लसूण व कांदा कुरकुरीत होईपर्यंत तळून घ्यावा. उरलेल्या तेलात कारळे व खोबरे वेगवेगळे परतावे. गार झाल्यावर कांदा, लसूण, कारळे व खोबरे मिक्सरमध्ये वाटावे. वाटताना त्याला तेल सुटेल. वाटलेली चटणी पसरट भांड्यात काढावी व त्यात धणे -जिरे पावडर, लाल तिखट व मीठ घालून हाताने कालवावे.

■ जवस

जवस-फ्लेक्स सीड्स- या तेलबिया भारतातील विविध प्रांतांत वेगवेगळ्या नावांनी ओळखल्या जातात. उत्तर भारतात त्याला 'आळशी' म्हणतात; तर बंगाली लोक त्याला 'तिशी' म्हणतात. जवसामध्ये भरपूर प्रमाणात ओमेगा थ्री फॅटी ॲसिड्स असतात. त्याच्या सेवनाने शरीर निरोगी राहण्यास मदत होते, त्यामुळे आपल्या रोजच्या आहारात दोन चमचे जवस आले तर ते नक्कीच फायदेशीर ठरते. कच्चे जवस पचायला जरा जड असतात, त्यामुळे ते शक्यतो भाजून खावेत. जवस हे रेचक असल्यामुळे मलावरोधाचा त्रास असलेल्यांनी ते

मुद्दाम खावेत. वजन कमी करताना तसेच शरीरातील कोलेस्ट्रॉलची पातळी व रक्तातील साखरेचे प्रमाण योग्य राखण्यासाठी जवस खाणे योग्य ठरते. नाजूक पोटाच्या लोकांनी आपल्या खाण्यात जवसाचे तेल वापरावे.

जवसाची चव बऱ्याच जणांना आवडत नाही, त्यामुळे त्यात लसूण, तिखट, मीठ तसेच तीळ, दाणे असे पदार्थ घालून त्याची चटणी करून खाणे हा उत्तम पर्याय आहे.

जवस चटणी

प्रकार १

अर्धा कप जवस
४ लसूण पाकळ्या
१ मोठा चमचा लाल तिखट
अर्धा लहान चमचा जिरे
चवीपुरते मीठ

जवस मंद आचेवर हलके होईपर्यंत भाजून घ्यावे. मिक्सरमध्ये जवस, लसूण, जिरे, मीठ व लाल तिखट घालून बारीक करावे.

प्रकार २

१ वाटी जवस
अर्धी वाटी भाजलेले शेंगदाणे
४/५ लाल मिरच्या, मीठ

जवस, तीळ व मिरच्या वेगवेगळे भाजून घ्यावेत. सर्व जिन्नस मिक्सरमध्ये घालून बारीक वाटून घ्यावे.

जवस आणि तिळाची चटणी

अर्धा कप जवस
अर्धी वाटी तीळ
२ टेबलस्पून तिळाचे तेल
लसणाच्या १० पाकळ्या
५ लाल मिरच्या
चवीला मीठ

कढईमध्ये तेल घालून त्यात लसूण पाकळ्या तांबूस रंगावर परतून घ्याव्या. त्यात लाल मिरच्या घालाव्यात. जवस आणि तीळ घालून थोडा वेळ परतावे. मीठ घालून मिक्सरमध्ये बारीक पूड करा.

जवसाची ओली चटणी

अर्धी वाटी जवस
१ कांदा
४ पाकळ्या लसूण
१ मोठा चमचा किसलेले सुके खोबरे
मीठ
साखर चवीला

जवस कढईमध्ये घालून हलके होईपर्यंत भाजावे व गार झाल्यावर मिक्सरमध्ये पूड करावी. कांदा बारीक चिरून घ्यावा व जवसाच्या पुडीमध्ये घालावा. त्यात लसूण, खोबऱ्याचा कीस, मीठ व साखर घालून बारीक वाटावे. काही वेळा इतर पदार्थांबरोबर वाटताना जवस बारीक होत नाही. म्हणून त्याची आधी पूड करून घ्यावी.

मसाला पावडर व मसाला चटणी वापरून हे करता येईल.

- मसाला पावडर तेल घालून भाकरी, पोळी बरोबर खाता येते.
- मसाला पावडर दह्यात कालवून त्यात बारीक चिरलेला कांदा व कोथिंबीर घातली तर ते एक वेगळेच तोंडीलावणे होऊ शकते.
- मसाला पावडर व मसाला चटणी दह्यात कालवून वरून कढीपत्त्याची फोडणी दिली तर इडली–डोशाबरोबर खाण्यायोग्य चटणी तयार होईल.
- एखाद्या भाजीला पाणी सुटले असेल तर त्यात मसाला पावडर घातल्याने ती आळून येते.
- रोस्ट मीटसाठी मसाला चटणी हे एक वेगळ्या चवीचे मॅरिनेशन होऊ शकते.
- सपक भाजीमध्ये थोडीशी मसाला चटणी घातली तर ती एकदम चविष्ट होते.
- मटकीच्या उसळीत आपण दाणे घालतो. त्याऐवजी तिखट न घालता उसळ करावी व ती गॅसवरून उतरवल्यावर त्यात आवडीप्रमाणे चमचा दोन चमचे मसाला चटणी घाला.
- कोणतीही कोशिंबीर पटकन करायची असेल तर किसलेल्या किंवा कोचलेल्या भाजीत मसाला पावडर घालून कालवा.
- पाश्चात्त्य पद्धतीच्या सॅलडमध्येदेखील ड्रेसिंग म्हणून या दोन्ही चटण्या वापरता येतील.

नेहमीच्या चटण्या

कैरीच्या चटण्या

उन्हाळा आला की कैरीच्या लोणच्यांचे वेध लागतात. ही लोणची जरा निगुतीने करावी लागतात, तसेच त्यासाठी वेळही द्यावा लागतो; पण हल्लीच्या धावपळीच्या जीवनात तो वेळ काढता येत नाही. लोणच्याच्या मानाने कैरीच्या चटण्या करायला तशा सोप्या असतात. बाजारात वेगवेगळ्या प्रकारच्या चटण्या विकत मिळतात; पण घरी केलेल्या ताज्या चटण्यांची मजा काही वेगळीच असते. त्यामुळे नवीन पिढीचा लोणच्यापेक्षा कैरीच्या चटण्या करण्याकडे कल दिसून येतो.

चटणी आणि उत्कृष्ट स्वादाचे आंबे या दोन्हींचा उगम भारतातला. आंब्याला फळांचा राजा म्हटले जाते. तो नुसता खाल्ला जातो किंवा त्यापासून वेगवेगळे पदार्थ बनवले जातात. आंब्याच्या दिवसात आमरस हे एक पक्वान्न मानले जाते. हे फळ वर्षभर मिळत नसल्याने आंब्याच्या दिवसात त्यापासून ताजे तसेच आंबोशी, लोणचे, चटण्या, आंबापोळी, हवाबंद आमरस, आटवलेला गोळा असे विविध बेगमीचे पदार्थ बनवले जातात

कैरीचा आंबटपणा, पाडाच्या आंब्याचा आंबटगोडपणा आणि पिकलेल्या आंब्याचा गोडवा व स्वाद अशा आंब्याच्या नैसर्गिक चवीचा फायदा घेऊन त्याला निरनिराळ्या मसाल्यांची व इतर पदार्थांची जोड देऊन अप्रतिम चवीच्या चटण्या बनवल्या जातात.

कैरीच्या आंबट, गोड, तिखट अशा सर्व चवींच्या असंख्य प्रकारच्या चटण्या केल्या जातात. त्यापैकी काही टिकाऊ असतात; तर काही लगेच खाण्यायोग्य अशा असतात. घराघरांतून त्या बनवण्याच्या पद्धती निरनिराळ्या असतात.

कैरीची बेसिक चटणी

अर्धा किलो कैरी
३ हिरव्या मिरच्या
अर्धा इंच आल्याचा तुकडा
१ वाटी कोथिंबीर
चवीला मीठ व साखर

कैरीचे साल काढून तुकडे करावेत. मिरचीचे तुकडे करावेत. कैरी, मिरची, आले, कोथिंबीर, मीठ व साखर हे सर्व जिन्नस मिक्सरमध्ये बारीक वाटावेत. ही चटणी वाटताना त्यात शक्यतो पाणी घालू नये.

■ *कैरीच्या चटणीची ही एक बेसिक कृती आहे. ती कृती व प्रमाण तसेच ठेवून त्यामध्ये विविध पदार्थ वापरून वेगवेगळ्या स्वादाच्या व चवीच्या चटण्या बनवता येतात.*

उत्तम चवीच्या कैरीच्या चटण्या करताना काय काळजी घ्या, याबद्दल शीला उंब्राणी यांनी दिलेल्या सूचना.

■ चटणीसाठी कैरी किसल्यावर तिचा आंबटपणा बघावा व त्या प्रमाणात त्यात साखर घालावी.

■ काही वेळा कैऱ्या खूपच आंबट असतात. अशावेळी त्या किसल्यावर त्यातले पाणी पिळून टाकावे. फोडी केल्या असतील तर त्यांना मीठ चोळून ठेवावे व थोड्या वेळाने त्याला पाणी सुटेल ते काढून टाकावे. अशामुळे कैरीचा आंबटपणा काही प्रमाणात कमी होतो.

■ काही चटण्या कैरी शिजवून केल्या जातात. त्या गार झाल्यावर घट्ट होतात त्यामुळे गॅसवरून उतरवायच्या वेळी त्या थोड्या पातळच ठेवा.

■ काही चटण्या कैरीमध्ये इतर जिन्नस कालवून केलेल्या असतात. ते जिन्नस कच्चे असल्यामुळे त्या चटण्या फार दिवस टिकत नाहीत, त्यामुळे त्या फ्रिजमध्ये ठेवणे योग्य ठरते.

■ काही वेळा तयार चटणी बरणीत भरून ती उन्हात ठेवली जाते. अशावेळी बरणी कडक उन्हात ठेवावी. पुरेसे ऊन मिळाले नाही, तर ती खराब होण्याची शक्यता असते.

■ कैरीच्या दिवसांत त्या किसून त्यातले पाणी काढावे व किसाला मीठ लावून तो हवाबंद पिशवीत घालावा. या पिशव्या फ्रिझरमध्ये ठेवल्यास पुढे वर्षभर लागेल तसा कीस वापरता येतो.

■ कैरीच्या विविध प्रकारच्या चटण्या ■

कैरी व पपईची चटणी

१ मोठी कैरी, १ मोठा तुकडा कच्ची पपई, ४ हिरव्या मिरच्या, २ टेबलस्पून तेल, अर्धा चमचा मिरपूड, चवीला मीठ

कैरीचे साल काढून ती किसून घ्यावी. पपई साल काढून किसून घ्यावी. जेवढा कैरीचा कीस असेल तेवढाच पपईचा कीस घ्यावा. हिरव्या मिरच्या बारीक चिरून किंवा वाटून घ्याव्यात. एका नॉनस्टिक पॅनमध्ये तेल तापवून त्यात पपईचा कीस परतून घ्यावा. त्यात मिरच्या, मीठ व मिरपूड घालून हलवावे. शेवटी कैरीचा कीस घालून जरा वेळ परतावे. या चटणीतला वेगळेपणा म्हणजे कच्च्या पपईचा कीस व मिरपूड.

कैरीची मसालेवाली चटणी

२ पाड लागलेल्या कैऱ्या
१ कप पाणी
१ लहान चमचा वाटलेले आले
१ कप साखर
१ मोठा चमचा व्हिनिगर

मसाले :
५ वेलदोडे
पाव चमचा दालचिनी पावडर
१ चमचा लाल तिखट
अर्धा चमचा जिरे पावडर
अर्धा चमचा धणे पावडर
४ लवंगा

कैरीची साल काढून लांब लांब आणि पातळ तुकडे करून जाड बुडाच्या भांड्यात पाणी घालून शिजायला टाकावे. त्यात मीठ, लवंगा व वेलदोडे घालावे. चमचाभर पाणी घेऊन त्यात लाल तिखट, धणे, जिरे व दालचिनी पावडर कालवावी. कैरीच्या फोडी शिजत आल्या की त्यात कालवलेला मसाला टाकावा. मिश्रण घट्ट होईपर्यंत शिजवावे व गॅसवरून खाली उतरवून त्यात व्हिनिगर घालावे. या चटणीमध्ये कैरी कापणे फार महत्त्वाचे आहे. लांब पातळ तुकड्यांमुळे मसालेवाल्या कैरीच्या चटणीला वेगळा 'लुक' मिळतो.

चोचवलेली कैरी

१ कैरी (फार आंबट नसावी)
१ चमचा तीळ
१ चमचा चिरलेली कोथिंबीर
२ हिरव्या मिरच्या बारीक कापून,
चवीला मीठ व साखर
फोडणीसाठी १ चमचा तेल
हिंग, मोहरी व हळद

कैरीचे साल काढून ती चोचवून घ्यावी. तीळ किंचित भाजून घ्यावेत. चोचवलेल्या कैरीमध्ये तीळ, मिरच्या कोथिंबीर, मीठ व साखर घालून कालवावे व वरून फोडणी द्यावी.

ठेचलेल्या कैरीची चटणी

१ कैरी
१ चमचा कैरीच्या लोणच्याचा मसाला
मीठ
१ चमचा तेल
हिंग व मोहरी

कैरीचे साल काढून तुकडे करावेत. हे तुकडे पाट्यावर ठेवून वरवंट्याने जाडसर ठेचावेत. ठेचलेल्या कैरीला मीठ आणि लोणच्याचा मसाला लावून मिश्रण एका वाडग्यात ठेवावे. तेलात हिंग व मोहरी घालून फोडणी करावी व चटणीवर घालून कालवावे.

■ कैरीच्या परदेशी चटण्या ■

आपल्याकडे जशी कैरीची आणि आंब्याची चटणी विविध प्रकारे केली जाते तशीच ती आफ्रिका, मलेशिया व काही युरोपीय देशांतदेखील केली जाते. आंबट कैरीला साखरेने गोडवा दिला जातो; तर पिकलेल्या गोड आंब्याला व्हिनिगरने आंबटपणा दिला जातो. चटणी म्हटली, की ओघाने तिखटपणासाठी मिरची असतेच. आंब्यापासून बनवलेल्या बहुतेक सगळ्या चटण्यांची चव थोड्याफार फरकाने तीच असली तरी करायच्या पद्धतीत आणि त्यात घालायच्या पदार्थांत फरक असतो. साहाजिकच त्यांचे रंगरूपही वेगवेगळे असते. पाश्चात्य चटण्या तेलाशिवाय केलेल्या असतात. आंब्याची चटणीदेखील त्याला अपवाद नाही.

झटपट मँगो चटणी

२०० ग्रॅम साल काढून किसलेली कैरी
१ कांदा किसून, २०० ग्रॅम ब्राऊन
साखर, १ मोठा चमचा करी पावडर
पाव चमचा दालचिनीची पूड, मीठ

किसलेल्या कैरीचे व कांद्याचे पाणी पिळून काढावे. एका मायक्रोवेव्हच्या भांड्यात सर्व जिन्नस घालून एकत्र करावेत. २ मिनिटे ओव्हनमध्ये ठेवावे व साखर विरघळेपर्यंत मधूनमधून चमच्याने ढवळावे. असे दोन-तीन वेळा किंवा चटणी आपल्याला हवी त्या सांद्रतेची होईपर्यंत करावे.

या चटणीचे वेगळेपण म्हणजे ती मायक्रोवेव्ह ओव्हनमध्ये केली आहे. त्यात वापरलेली करी पावडर व ब्राऊन शुगर हाही वेगळेपणा आहे. साऊथ आफ्रिकेत मिळणारी करी पावडर म्हणजे प्रामुख्याने धणे-जिरे पावडर व गरम मसाला यांचे मिश्रण असते.

मलेशियन मँगो चटणी

१ मोठा अर्धवट पिकलेला पण
कडक आंबा, १'' दालचिनी, २
लवंगा, प्रत्येकी १ चमचा जिरे व
धणे, १ मोठा चमचा किसलेले आले
४ पाकळ्या लसूण, ३ सुक्या मिरच्या
चवीला मीठ, अर्धा कप साखर
अर्धा कप व्हिनिगर

आंब्याचे तुकडे करून घ्यावेत. त्याला आले, लसूण व मीठ चोळावे. एक पातळ फडके घेऊन त्यात दालचिनी, लवंग, धणे व जिरे घालून पुरचुंडी बांधावी. एका भांड्यात थोडे पाणी घेऊन त्यात मसाल्याची पुरचुंडी व आंब्याचे तुकडे टाकावेत. मंद गॅसवर आंबा शिजू द्यावा. मिश्रण घट्ट व्हायला लागले की मसाल्याची पुरचुंडी काढून त्यात साखर, मीठ व लाल मिरच्यांचे तुकडे घालावेत. साखर विरघळली की जरूर असेल तरच आंबटपणासाठी व्हिनिगर घाला व चटणी गॅसवरून उतरवावी. चटणीसाठी वापरलेला आंबा अर्धवट पिकलेला असल्यामुळे त्याला आंबट-गोड चव असतेच; त्यामुळे व्हिनिगरचे प्रमाण किती असावे ते चव बघून ठरवावे.

या चटणीतला वेगळेपणा म्हणजे चटणीत अख्खे मसाले किंवा मसाल्याची पावडर न घालता मसाले एका पुरचुंडीत बांधून चटणी शिजताना त्यात टाकले जातात.

यामुळे चटणीला फक्त मसाल्यांचा स्वाद मिळतो. ती फार तिखट नसते; पण त्यात लाल मिरच्यांचे तुकडे टाकल्यामुळे चटणीला त्याचादेखील स्वाद मिळतो. केशरी पिवळ्या रंगाची ही चटणी लाल मिरच्यांच्या तुकड्यांमुळे दिसतेही छान.

पोर्तुगीज मँगो चटणी

अतिशय वेगळ्या पद्धतीची ही चटणी लिस्बनमध्ये खाल्ली. तिथे एका गेस्टहाउसमध्ये राहत असताना त्याच्या मालकीणबाई मेरीॲनने आम्हाला ही चटणी सकाळच्या नाश्त्याच्या वेळी पॅनकेक्सबरोबर खाण्यासाठी दिली होती. आंब्याचा हा प्रकार नवाच होता; पण फार छान लागत होता. तिथल्या एका सुपरमार्केटमध्ये कधीतरी भारतीय आमरसाचे डबे मिळतात व ते आले की लगेच संपतात, असे कळले. मेरीॲनने ते डबे आणून खास आमच्यासाठी ती मँगो चटणी बनवली होती. ही चटणी करायला कोणी शिकवली असे विचारल्यावर ती म्हणाली, की माझे मी असे प्रयोग करून वेगवेगळे पदार्थ बनवते. चटणीची कृती विचारल्यावर तर ती एकदम खूश झाली व तिने मला ती लिहून दिली.

१ लहान डबा मँगो प्युरे (२५० ग्रॅम आमरस)
अर्धा चमचा लाल तिखट
चवीला मीठ
१ चमचा भिजवलेल्या मनुका
किसलेली लिंबाची साल
लिंबाचा रस

एका नॉनस्टिक पॅनमध्ये डब्यातला आमरस घाला. त्यात लाल तिखट, मनुका व अर्धा चमचा लिंबाची साल घाला. मिश्रणाला चांगली उकळी द्या. चटणी घट्टसर झाली की हॉटप्लेटवरून उतरवून त्यात मीठ व लिंबाचा रस घाला.

या चटणीमधला वेगळेपणा म्हणजे त्यात घातलेली लिंबाची साल व चटणीसाठी वापरलेला आमरस.

■ साऊथ आफ्रिकेतील कैरीच्या चटण्या ■

साऊथ आफ्रिकेची 'रेनबो' खाद्यसंस्कृती अनेक देशांतील पदार्थांच्या मिश्रणाने बनली आहे. आज तिथे भारतीय वंशाचे अनेक लोक राहत असल्यामुळे मूळ कैरीच्या चटणीमध्ये मसाले वा शेंगदाणे असे पदार्थ घालून त्यांना वेगळेपणा दिला आहे.

पीनट मँगो चटणी बॉल

१ कप किसलेली आंबट नसलेली कैरी
अर्धा कप शेंगदाणे
१ मोठा चमचा साखर
१ लहान चमचा चिली फ्लेक्स
१ लहान चमचा तेल
मोहरी, हळद
चवीला मीठ

शेंगदाणे भाजून त्याचे भरड कूट करावे. भांड्यात तेल घालून त्यात मोहरी टाकावी. ती तडतडली की हळद व कैरीचा कीस घालून परतावावा. साखर, चिली फ्लेक्स व मीठ घालून कैरी शिजू द्यावी. शेवटी त्यात दाण्याचे कूट घालून लाडूसारखा गोळा वळता येईल इतपत शिजवावे. गार झाल्यावर या चटणीचा गोळा वळावा व बाऊलमध्ये ठेवावा. त्यावर चमचाभर फोडणी घालावी.

दाणे घातलेल्या या चटणीचा वेगळेपणा म्हणजे तिचा गोळा वळून त्यावर घातलेली फोडणी.

मेक्सिकन मँगो सालसा

१ पिकलेला कडक आंबा
लाल रंगाची अर्धी भोपळी मिरची
१ पांढरा कांदा
१ मोठा चमचा कोथिंबीर
२ हिरव्या मिरच्या
१ लहान चमचा लिंबाचा रस
चवीला मीठ व मिरपूड

आंब्याचे साल काढून त्याचे बारीक तुकडे करावेत.

भोपळी मिरची, कांदा व हिरव्या मिरच्या बारीक चिरून घ्याव्यात. कोथिंबीर चिरून घ्यावी. सर्व जिन्नस एकत्र करून त्यात मीठ व मिरपूड घालून लिंबाचा रस पिळावा. चमच्याने कालवावे. सालसा सर्व्ह करायच्या आधी किमान अर्धा तास तरी तयार करून ठेवावा म्हणजे त्यातील वेगवेगळ्या पदार्थांचे स्वाद एकमेकांत मिसळण्यास मदत होईल.

या चटणीचा वेगळेपणा म्हणजे त्यातले सर्व जिन्नस बारीक कापून फक्त एकत्र मिसळले आहेत. ते शिजवलेही नाहीत आणि वाटलेही नाहीत. मग त्याला चटणी म्हणायचे का नाही ते आपणच ठरवायचे.

भेळ, शेवपुरी आणि चाट

भेळ, शेवपुरी आणि चाट या पदार्थांची नावे ऐकली तरी आपल्या तोंडाला पाणी सुटते. हे पदार्थ घरातील लहानांपासून मोठ्यांपर्यंत सर्वांचे आवडते आहेत. या सगळ्या पदार्थांना खास चव मिळते ती त्यावर घालायच्या चटण्यांमुळे. या चटण्या म्हणजे कोथिंबीर-पुदिन्याची हिरवी चटणी आणि चिंचगुळाची गोड चटणी. या चटण्या करायला अतिशय सोप्या असतात व आधी तयार करून फ्रिजमध्ये ठेवता येतात. चुरमुरे, शेव, पुऱ्या, फरसाण हे सर्व पदार्थ बाजारात विकत मिळतात, त्यामुळे चटण्या तयार करून ठेवलेल्या असतील तर चाटचे वेगवेगळे प्रकार घरी करणे अगदी सोपे आहे. या चटण्या तिखट आणि गोड अशा चवीच्या असल्या तरी त्या करण्याच्या पद्धती व त्यात घालायचे पदार्थ निरनिराळे असू शकतात. एकदा का या चटण्या करणे जमले की मनात येईल तेव्हा भेळ वा चाटचे निरनिराळे प्रकार करणे अगदी सोपे होईल.

भेळेसाठी हिरवी चटणी

२० हिरव्या मिरच्या
४ पाकळ्या लसूण
थोडी कोथिंबीर
चवीला मीठ

कोथिंबीर निवडून घ्यावी. मिरच्यांचे देठ काढून तुकडे करावेत. मिरच्या, कोथिंबीर, लसूण व मीठ असे सर्व पदार्थ पाट्यावर घालून भरड वाटावे. अशी हिरवी चटणी भेळेत घालण्यासाठी वापरली जाते.

पातळ - हिरवी चटणी

१ जुडी कोथिंबीर
अर्धी जुडी पुदिना
४ हिरव्या मिरच्या
१'' आल्याचा तुकडा किंवा
१ चमचा सुंठ
चवीला लिंबाचा रस व काळे मीठ
जरुरीप्रमाणे पाणी

कोथिंबीर व पुदिना निवडून घ्यावा. मिरच्याचे व आल्याचे तुकडे करून घ्यावेत. मिक्सरमध्ये मिरची, आले, कोथिंबीर, पुदिना व मीठ घालावे. पाणी घालून पातळसर चटणी वाटावी.

पातळ लाल चटणी

१५ पाकळ्या लसूण
१'' आल्याचा तुकडा
ओल्या लाल मिरच्या
मीठ
(ओल्या लाल मिरच्या मिळाल्या नाहीत, तर सुक्या मिरच्या गरम पाण्यात भिजवाव्यात व नरम झाल्यावर वापराव्यात)

मिरच्या उभ्या कापून त्यातल्या जेवढ्या बिया काढता येतील तेवढ्या काढाव्यात. लसूण सोलून घ्यावा. मिरच्या, लसूण, आले व मीठ थोडे पाणी घालून मिक्सरमध्ये बारीक वाटून घ्यावे.

चिंचगुळाची चटणी

१ कप बारीक केलेला गूळ
लिंबाएवढा चिंचेचा गोळा
१ लहान चमचा जिरे पावडर
चवीला काळे मीठ
अर्धा चमचा लाल तिखट
१ कप पाणी

पाणी कोमट करून त्यात चिंच भिजत घालावी. चांगली भिजली की पिळून त्याचा कोळ तयार करावा. चिंचेच्या कोळात गूळ घालून ढवळावे. गूळ विरघळला की त्यात जिरे पावडर, लाल तिखट व मीठ घालावे.

इडली, डोसा आणि चटणी

चटणी ही इडली, डोसा, उत्तप्पा व वडा यांची अगदी घट्ट मैत्रीण आहे. ती कायम या पदार्थांबरोबर असते. उडदाची डाळ व तांदूळ वाटून त्यात मीठ घालून बनवलेल्या इडली वा डोशाला स्वतःची अशी फारशी चव नसते, त्यामुळे त्याबरोबर सांबार व विविध प्रकारच्या चटण्या लागतातच.

दाक्षिणात्य पदार्थांबरोबर खाण्यासाठी किती प्रकारच्या चटण्या केल्या जातात त्याची काही गणतीच नाही. बेंगळुरूच्या एका मैत्रिणीने, सुलक्ष्मी मूर्ती यांनी सांगितले, की ''मी पंधरा-वीस प्रकारच्या चटण्या तर नेहमीच करते; पण त्या व्यतिरिक्त मधूनमधून माझे इतर प्रकारच्या चटण्या करणे चालूच असते. आम्हाला घरी रोज दोन-तीन प्रकारच्या चटण्या कराव्या लागतातच; त्यामुळे त्यात विविधता आणली तर घरचे लोक खूश असतात.

ओल्या नारळाची कढीपत्त्याची फोडणी दिलेली चटणी मात्र सगळ्यांचीच आवडती असते. त्या पांढऱ्या चटणीबरोबर मी नेहमी एखादी रंगीत चटणी करते. कोथिंबिरीची हिरवी, गाजराची केशरी, कांद्याची तपकिरी, टोमॅटोची लालचुटुक, डाळींची पिवळट अशा कितीतरी रंगांच्या चटण्या करता येतात. माझी आई, आजी आणि सासूबाई आपली कल्पनाशक्ती लढवून अशा अनेक प्रकारच्या चटण्या कायमच बनवत असत. कारण चटण्या हा आमच्या जेवणातला एक महत्त्वाचा पदार्थ आहे. सकाळपासून रात्रीच्या जेवणापर्यंत प्रत्येक खाण्याच्या वेळी त्या आम्हाला लागतात.''

जेवणात भाजी नसेल तर चालू शकते; पण चटणी मात्र हवीच. मग आम्ही दुधी, दोडका, कॉलिफ्लॉवर, वांगी, पालक, मेथी अशा भाज्या वापरून ताज्या

चटण्या करतो. चटणीपुडी, गनपावडर, कढीपत्त्याची किंवा डाळीची अशा कोरड्या चटण्या तर वरचेवर कराव्या लागतात. इडली, डोशाव्यतिरिक्त, उपम्याबरोबर, दहीभाताबरोबर, पापडाबरोबरसुद्धा आम्ही चटणी खातो.

आमच्या चटण्यांमध्ये आणि इतर स्वयंपाकात नारळ खूप वापरला जातो. आयत्या वेळी गडबड होऊ नये यासाठी आम्ही फ्रिजमध्ये खवलेला ओला नारळ, किसलेले सुके खोबरे, कढीपत्ता, चिंचेचा कोळ, मिरच्या व आले हे जिन्नस कायम ठेवतो. त्याशिवाय कढीपत्ता भाजून ठेवलेला असतो, चणाडाळ व उडीद डाळ परतून ठेवलेली असते तर लाल मिरच्या देठ व बिया काढून तयार असतात.''

दक्षिण भारतीय चटणीमध्ये नारळ, लाल मिरची, कढीपत्ता, चिंच हे पदार्थ जरी तेच असले तरी कर्नाटक, केरळ, चेन्नई, आंध्र या प्रत्येक ठिकाणच्या चटण्या वेगवेगळ्या प्रकारच्या व चवीच्या असतात. त्यात घालायचे पदार्थ जरा वेगळे असतात. केरळी चटण्यांमध्ये खोबऱ्याचे तेल वापरतात, तिथे माशांच्या चटण्या करतात, तर चेन्नईमधल्या बऱ्याच चटण्यांमध्ये मद्रास कांदे वापरलेले असतात.

सुलक्ष्मीकडून मला नेहमीच्या चटण्यांच्या व केळफुलाची, उडदाच्या डाळीची अशा काही वेगळ्या चटण्यांच्या रेसिपीज तर मिळाल्याच; पण उरलेल्या इडल्यांचे नवीन पदार्थ व चटणी वापरून केलेल्या वेगवेगळ्या चवींच्या इडल्या कशा करायच्या ते समजले. नारळाचे दूध काढून उरलेला चोथा टाकून न देता कसा वापरावा हेदेखील कळले.

चटणी पुडी

१ वाटी उडदाची डाळ
दीड वाटी चण्याची डाळ
१ वाटी सुके खोबरे
१ कप कढीपत्ता, २० लाल मिरच्या
१ मोठा चमचा चिंचेचे तुकडे
मीठ, २ मोठे चमचे तेल

सर्व जिन्नस एकएक करून भाजावेत. प्रथम उडदाची डाळ आणि चण्याची डाळ त्यांचा खमंग वास येईपर्यंत कोरडी भाजून घ्यावी. सुक्या खोबऱ्याचे काप करून ते थोड्या तेलात लालसर होईपर्यंत परतावे. कढीपत्ता व लाल मिरच्या परतताना थोडे तेल घालावे. दोन्ही डाळी मिक्सरमध्ये बारीक करून घ्याव्या व ताटात काढाव्यात. खोबरे बारीक करून त्यात मिसळावे. कढीपत्ता, मिरच्या, मीठ व चिंच मिक्सरमध्ये वाटून घ्यावी. सर्व वाटलेले पदार्थ हाताने एकत्र करून मिक्सरमध्ये घालावेत व त्याची बारीक पूड करावी.

नारळाची चटणी

१ कप खवलेला नारळ
१ टेबलस्पून भाजलेली चण्याची डाळ
१ टेबलस्पून कोथिंबीर
१'' आल्याचा तुकडा, चवीला मीठ व साखर फोडणीसाठी तेल, कढीपत्ता, १ लाल मिरची, १ चमचा उडदाची डाळ, मोहरी व हिंग

नारळ, चण्याची डाळ, कोथिंबीर, आले, मीठ व साखर थोडे पाणी घालून मिक्सरमध्ये बारीक वाटून घ्यावी. वरून कढीपत्ता, लाल मिरची, उडदाची डाळ व हिंग मोहरीची फोडणी द्यावी.

कोरडी हिरवी चटणी

१ वाटी कढीपत्ता, १ वाटी कोथिंबीर, अर्धी वाटी डाळे, पाव वाटी सुके खोबरे, ४ हिरव्या मिरच्या, थोडी चिंच, मीठ, तेल

तेलात कढीपत्ता व कोथिंबीर कुरकुरीत होईपर्यंत परतावी. खोबऱ्याचे तुकडे करून ते व मिरच्या वेगवेगळे परतून घ्याव्या. गार झाल्यावर खोबरे, डाळे, कढीपत्ता, कोथिंबीर आणि मिरच्या मिक्सरमध्ये घालाव्यात. त्यात चिंच व मीठ घालून पूड करावी. कुरकुरीत परतल्यामुळे कढीपत्ता व कोथिंबिरीतील ओलसरपणा निघून जातो, त्यामुळे ही चटणी कोरडी होऊन ८/१० दिवस चांगली टिकते.

कढीपत्त्याची ताकातली चटणी

१ वाटी कढीपत्ता
१ वाटी खवलेले खोबरे
अर्धा कप हरभरा डाळ
सुक्या लाल मिरच्या ५ ते ६
आंबटपणासाठी अर्धी वाटी ताक
चवीला मीठ
फोडणीसाठी तेल, हिंग व मोहरी

हरभरा डाळ कोरडी भाजून घ्यावी. गार झाल्यावर त्यात मीठ व लाल मिरच्या घालून मिक्सरमध्ये पूड करावे. त्यात कढीपत्ता, खोबरे, ताक घालून पातळ चटणी वाटावी. वरून हिंग व मोहरीची फोडणी द्या. कढीपत्त्याच्या या ताकातल्या चटणीत इडली बुडवून खाल्ली जाते.

उडीद डाळीची चटणी

१ कप उडीद डाळ
१ मोठा चमचा चणाडाळ
२ मोठे चमचे खवलेला नारळ
५ लाल मिरच्या, १ मोठा चमचा चिंच, २ मोठे चमचे तेल फोडणीसाठी हिंग, मोहरी, लाल मिरची, थोडी उडीद डाळ

१ चमचा तेलात उडदाची आणि चण्याची डाळ लाल होईपर्यंत मंद आचेवर परतून घ्यावी. लाल मिरच्या तळून घ्याव्या. खवलेला नारळ त्यातला ओलसरपणा जाणार नाही, अशा बेताने परतावा. मिक्सरच्या भांड्यात डाळी, खोबरे, लाल मिरच्या, चिंच आणि मीठ घालून वाटावे. या चटणीत जरूर वाटेल इतपतच पाणी घालावे. हिंग, मोहरी, लाल मिरची व उडीद डाळ घालून फोडणी करावी व वाटलेल्या चटणीवर घालावी. उडीद डाळीच्या चिकटपणामुळे या चटणीचा छानसा गोळा वळता येतो.

ही आंध्र प्रदेशमधली खास चटणी आहे.

केळफुलाची चटणी

वाटीभर निवडलेले केळफूल
२ हिरव्या मिरच्या, इंचभर आले
१ मोठा चमचा ओले खोबरे
थोडी कोथिंबीर, फोडणीसाठी तेल, मोहरी, लाल मिरची, कढीपत्ता
चवीला मीठ, १ वाटी दही

केळफूल मिठाच्या पाण्यात उकडून घ्यावे. गार झाल्यावर त्यात खोबरे, आले, मिरच्या व कोथिंबीर घालून बारीक वाटावे. दह्यात मीठ घालून ते फेटून घ्यावे व त्यात वाटलेली चटणी कालवावी. वरून लाल मिरची, कढीपत्ता व मोहरीची फोडणी द्यावी.

फली पुडी

१ कप शेंगदाणे
१ टेबलस्पून सुके खोबरे
१ टी स्पून जिरे पावडर
४ सुक्या मिरच्या, मीठ

शेंगदाणे भाजून त्याचे साल काढून घ्यावे. भाजलेले दाणे, सुके खोबरे, जिरे पावडर, सुक्या मिरच्या व मीठ मिक्सरमध्ये वाटून कोरडी चटणी करावी.

घरी जर इडल्या उरल्या असतील तर त्यापासून वेगवेगळे पदार्थ बनवता येतात. त्या नवीन पदार्थांबरोबर कोणती चटणी खावी?

■ इडल्या उरल्या असतील तर त्यांचे चारचार तुकडे करा. मीठ, मिरची घालून ते फोडणीला टाका. त्यात ओले खोबरे, बारीक चिरलेली कोथिंबीर व चटणी पुडी घालून एकत्र करा. वेगळा पदार्थ तयार होतो.

■ याच धर्तीवर उरलेल्या इडल्या कुस्करून त्या फोडणीला टाकून इडलीचा उपमा करता येईल. उपमा सर्व्ह करताना त्याबरोबर नारळाची ओली चटणी किंवा एखादी कोरडी चटणी द्यायला विसरू नये.

■ इडल्यांचे फ्रेंच फ्राइजसारखे लांब तुकडे करून ते तेलात तांबूस रंगावर तळून घ्यावी. अशी फ्राइड इडली कोणत्याही ओल्या चटणीबरोबर खाण्यास द्यावी.

■ इडल्यांचे चौकोनी तुकडे करून तेलात तळून घ्यावे. ते आयत्या वेळी रस्सा भाजीत घालता येतील किंवा पालकच्या भाजीमध्ये पनीरऐवजी घालता येतील.

■ अशा तळलेल्या इडल्यांच्या तुकड्यांवर टोमॅटो, गाजर, पालक अशा भाज्या घालून केलेली एखादी चटणी घालावी व वेगळ्याच चवीची भाजी तयार करावी.

नारळाचे दूध काढल्यावर राहिलेल्या खोबऱ्याच्या चोथ्याचे काय करावे?

अनेक दाक्षिणात्य पदार्थांत नारळाचे दूध वापरले जाते. दूध काढून शिल्लक राहिलेला खोबऱ्याचा चोथा धड टाकूनही देता येत नाही आणि त्याचे काय करावे तेही समजत नाही. हे खोबरे टाकून न देता त्याचा असा उपयोग करता येईल.

■ दूध काढल्यावर शिल्लक राहिलेला खोबऱ्याचा चोथा ताजा असतानाच त्याची नेहमी प्रमाणे मिरची, कोथिंबीर घालून चटणी वाटावी व आयत्या वेळी त्यात ताजे निरसे दूध घालून ती पातळ करावी.

■ खोबऱ्याचा चोथा कोरड्या चटण्या करताना वापरावा. चोथ्याच्या कोरड्या चटण्या करून त्या साध्या दह्यात न कालवता सायीच्या दह्यात कालवाव्यात.

■ खोबऱ्याचा चोथा भाजला असता लालसर होतो; पण उन्हात वाळवला असता त्याचा रंग बदलत नाही.

■ असे भाजलेले आणि वाळवलेले खोबरे बरणीत भरून फ्रिजमध्ये ठेवले तर बरेच दिवस टिकते.

■ वाटीभर तयार इडलीच्या पिठामध्ये १ चहाचा चमचा भरून वाळवलेला खोबऱ्याचा चोथा घातला तर इडल्या हलक्या होतात.

चटणीमुळे आकर्षक व वेगळ्या चवीच्या इडल्या कशा करतात.

■ २ वाट्या इडलीच्या पिठात २ मोठे चमचे चटणी पुडी घालावी. या पिठाला चटणीचा लालसर रंग मिळाल्यामुळे त्या दिसतात तर छानच; पण चवीलाही चांगल्या लागतात.

■ याच प्रकाराने कढीपत्त्याची कोरडी चटणी घालून हिरव्या रंगाच्या इडल्या करता येतात.

■ थोड्याशा तेलावर चणाडाळ, कढीपत्ता, काजू व मिरची फोडणीला टाकावी व त्यात वाळवलेला खोबऱ्याचा चोथा व चवीला मीठ घालावे. इडल्या करताना हे मिश्रण पिठात मिसळून इडल्या घालाव्या. डब्यात नेण्यासाठी किंवा नुसत्या खाण्यास अगदी योग्य आहेत.

■ थोड्या इडलीच्या पिठात लाल रंगाची टोमॅटो चटणी कालवावी. हे मिश्रण बाकीच्या इडलीच्या पिठात हलक्या हाताने मिसळून त्याच्या इडल्या घालाव्या. लाल रंगाच्या रेषा उमटलेल्या त्या पांढऱ्या शुभ्र इडल्या वेगळ्याच दिसतात.

■ १ वाटी इडलीच्या तयार पिठात १ मोठा चमचा वाळवलेला खोबऱ्याचा चोथा व १ मोठा चमचा बारीक चिरलेली कोथिंबीर घालावी व इडल्या करव्यात.

■ इडल्यांना तूप लावून त्या कोणत्याही कोरड्या चटणीत घोळवाव्यात.

■ इडलीबरोबर वेगळ्या वाटीत हिरवी किंवा लाल चटणी देण्याऐवजी ती चटणी पायपिंग बॅगमध्ये घालावी व इडल्यांवर त्याने डिझाईन काढावे.

■ कॉलिफ्लॉवर, गाजर अशा भाज्यांचे बारीक तुकडे करून ते कोणत्याही ओल्या चटणीत कालवावे. इडल्या घालताना त्यावर एक चमचा भाज्या व चटणीचे मिश्रण घालावे व त्या वाफवाव्यात.

■ अशाच प्रकारे टोमॅटो चटणी लावलेली टोमॅटोची चकती इडली वाफवायच्या आधी पिठावर ठेवली असता. मस्त चवीची टोमॅटो इडली तयार होते. ही टोमॅटो चटणी घट्टसर असली पाहिजे.

■ २ वाट्या कुस्करलेल्या इडलीमध्ये थोडे फरसाण, बारीक चिरलेला कांदा व कोथिंबीर घालून कालवावे. वरून चिंचेची चटणी व हिरवी चटणी घालावी. बारीक शेव घालून इडली चाट करावी.

■ शेजवान इडली हा पदार्थ ऐकला आहे का? शेजवान चटणीमध्ये घातलेली फ्राइड इडली म्हणजे शेजवान इडली हा फ्यूजन पदार्थ.

उपवासाच्या चटण्या

उपवास या शब्दाचा अर्थ लंघन किंवा काहीही न खाणे असा होतो. उपवास वेगवेगळ्या कारणांसाठी व वेगवेगळ्या दिवशी केले जातात. त्या वेळी काही ठरावीक पदार्थच खाल्ले जातात..

उपवासाला जे पदार्थ चालतात ते पदार्थ वापरून उपवासाचा फराळ बनवला जातो. साबुदाणा वडा, खिचडी, तांदूळ आमटी, थालीपीठ, रताळ्याचा कीस असे उपवासाचे सर्वच पदार्थ अतिशय चविष्ट असतात, त्यामुळे त्या दिवशी नेहमीपेक्षा जास्तच खाल्ले जाते. आपल्याकडची 'एकादशी आणि दुप्पट खाशी' ही म्हण बहुतेक त्यावरूनच पडली आहे.

या पदार्थांबरोबर खाण्यासाठी कोथिंबीर खोबऱ्याची हिरवी चटणी तर वाटली जातेच; पण उपवासाला चालणाऱ्या शेंगदाण्याची, आमसुलाची, कवठाची, फळांची अशा इतर चवीच्या चटण्यादेखील केल्या जातात. त्यापैकी कवठाची चटणी ही महाशिवरात्रीच्या उपवासाला हमखास केली जाते.

दाण्याचा गोळा

१ वाटी भाजून सोललेले शेंगदाणे
४ हिरव्या मिरच्या
अर्धी वाटी कोथिंबीर
चवीला मीठ व साखर

शेंगदाणे, मिरच्या, कोथिंबीर,मीठ व साखर एकत्र करून खलबत्त्यात तेल सुटेपर्यंत कुटावे. गोळा वळून वाडग्यात ठेवावा. हा गोळा दह्यात कालवला असता वेगळ्या चवीची चटणी होईल.

दाण्याचे कूट

१ वाटी शेंगदाण्याचे कूट (शेंगदाणे भाजून, साल काढून केलेले कूट)
१ वाटी गोड दही
चमचाभर चिरलेली कोथिंबीर
चवीला मीठ व साखर
फोडणीसाठी थोडे तूप, जिरे व
१ हिरवी मिरची

दह्यात मीठ व साखर घालून ते फेटून घ्यावे. त्यात दाण्याचे कूट व चिरलेली कोथिंबीर घालावी. वरून तूप, जिरे व मिरचीची फोडणी देऊन कालवावे.

फळांची चटणी

उपवासाला चालणाऱ्या कोणत्याही फळाचे तुकडे २ वाट्या
१/२ वाटी साखर
१ चहाचा चमचा लाल तिखट
चिमूटभर जिरे पावडर
१ चमचा लिंबाचा रस
तूप व जिरे

तूप-जिऱ्याची फोडणी करून त्यावर फळांच्या फोडी टाकाव्यात. जरा परतल्यावर त्याला रस सुटेल. त्यात साखर, लाल तिखट, मीठ व लिंबाचा रस घालून शिजवावे.

ही चटणी टिकाऊ नसते. ती उपवासाच्या दिवशीच संपून जाते, त्यामुळे शिजवून फार घट्ट केली नाही तरी चालते. फळांमध्ये आंबा, सफरचंद, बेरीज, अननस अशी कोणतीही फळे वापरावीत.

कवठाची चटणी

१ कवठ, गूळ, मीठ
लाल तिखट

कवठ फोडून त्यातला गर काढावा. जेवढा गर असेल त्यापेक्षा जरा कमी गूळ घ्यावा. कवठाचा गर, गूळ, मीठ व लाल तिखट एकत्र करून पाट्यावर चटणी वाटावी. चटणी वाटताना कवठातल्या बिया पूर्णपणे वाटल्या जात नाहीत, तसेच तिला गुळामुळे चिकटपणा येतो. त्यामुळे ही चटणी जाडसर व चिकट होते.

आमसुलाची चटणी

प्रकार १

१५ अमसुले
१ वाटी शेंगदाण्याचे कूट
३ हिरव्या मिरच्या
मीठ व साखर चवीला

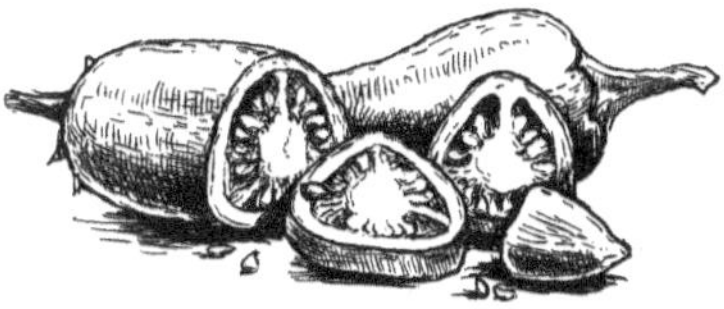

सर्व पदार्थ पाणी घालून मिक्सरमध्ये वाटावेत. ही चटणी पातळच ठेवावी. ही चटणी घट्टसर करायची असेल तर पाणी न घालता पाट्यावर वाटावी.

प्रकार २

१ वाटी ओले खोबरे
१ मोठा चमचा बारीक चिरलेली कोथिंबीर
४/५ आमसुले
३ हिरव्या मिरच्या
मीठ व साखर चवीला
तूप व जिरे फोडणीसाठी

आमसुले, हिरव्या मिरच्या व मीठ साखर कुटून घ्यावी. ओल्या खोबऱ्यात वाटलेली आमसुले घालून हाताने कालवावी. खोबऱ्याला छानसा गुलाबी रंग येईल. त्यात हिरवी कोथिंबीर मिसळून वरून तूप व जिऱ्याची फोडणी घालून चटणी सारखी करावी.

कडवट चवीच्या चटण्या

आंबट, गोड, तिखट, तुरट, खारट व कडू या सहा मुख्य चवी. त्यापैकी आंबट, गोड, तिखट या चवी आपण रोजच अनुभवत असतो. खारट आणि तुरट चवीचे पदार्थ काही आपण खाऊ शकत नाही. मग राहता राहिली कडवट चव. काही लोकांना ही चव प्रिय असते. आपल्याकडे नेहमी मिळणाऱ्या मेथी व कारली या दोन कडवट चवीच्या भाज्या. त्या भाज्या काही जणांना खूप आवडतात; तर काहींना अजिबात आवडत नाहीत. त्याच कडवट भाज्यांच्या तोंडाला पाणी सुटणाऱ्या मस्त चवीच्या चटण्या बनवता येतात.

मेथीदाण्यांची चटणी

अर्धी वाटी मेथीदाणे
अर्धी वाटी कोथिंबीर
अर्धी वाटी शेंगदाण्याचे कूट
३ हिरव्या मिरच्या
१ आमसूल
चवीला मीठ व साखर

मेथीदाणे रात्रभर पाण्यात भिजत घालावे. सकाळी उपसून त्यात कोथिंबीर, मिरची, आमसूल, शेंगदाण्याचे कूट, मीठ व साखर घालून मिक्सरमध्ये बारीक वाटावी. ही चटणी वाटताना मेथ्या भिजवलेले पाणी घालावे.

कारल्याची कोरडी चटणी

२ कारली
१ मध्यम कांदा
१ मोठा चमचा किसलेले सुके खोबरे
६ पाकळ्या लसूण, १ मोठा चमचा
धणे-जिरे पूड, मीठ व साखर
चवीला, तळायला तेल

कारल्यावरचे थोडेसे कंगोरे सुरीने तासून टाकावेत. कारली उभे चिरून आतल्या बिया काढून टाका. त्याचे पातळ काप करावेत. (कारल्याचा कडवटपणा कमी

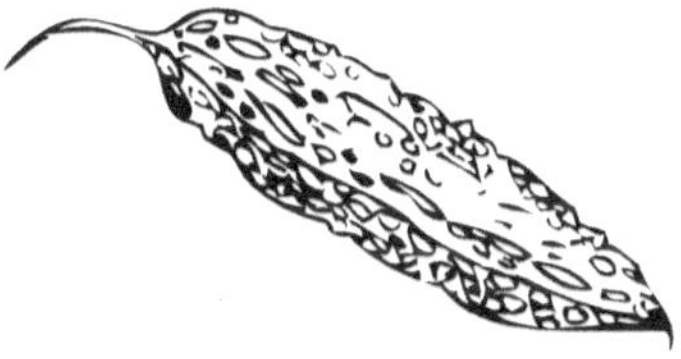

करण्यासाठी ते काप मिठाच्या पाण्यात भिजवून ठेवावेत व नंतर पाणी निथळून ते काप कापडावर पसरून पूर्णपणे कोरडे करावेत.) कांदा उभा आणि पातळ चिरावा. लसूण ठेचून घ्यावा. तळणीमध्ये कारल्याचे काप कुरकुरीत होईपर्यंत तळून घ्यावेत. फार लाल करू नये. कांदा व लसूण तळून घ्यावा. तळलेली कारली, कांदा व लसूण गार करण्यासाठी एका ताटात काढावा. किसलेले खोबरे कोरडे भाजून घ्यावे व ताटात काढावे. तळलेले कारले, कांदा व लसूण गार झाले, की हाताने अलगद चुरून घ्यावे. त्यात मीठ साखर व धणे-जिरे पूड घालून कालवावे. खोबऱ्याचा कीस न मोडता तसाच मिसळावा.

कारल्याची वाटलेली चटणी

२ कारली
१ कांदा
१ मोठा चमचा ओले खोबरे
१ मोठा चमचा कोथिंबीर
१'' आल्याचा तुकडा
१ लहान चमचा तेल
मीठ व साखर चवीला

कारल्याच्या बिया काढून बारीक चिरून घ्या. मिठाच्या पाण्यात तासभर भिजवून ठेवा. नंतर उपसून हाताने त्यातले पाणी घट्ट पिळून काढावे. कांदा बारीक चिरून घ्या. तेलावर कोरडी केलेली कारली व कांदा परतून घ्या. गार झाल्यावर त्यात खोबरे, कोथिंबीर, आले व मीठ साखर घालून मिक्सरमध्ये बारीक वाटा.

मेथीची ओली चटणी

मेथीची अर्धी जुडी
४ लाल मिरच्या
लिंबाएवढ्या आकाराचा गुळाचा खडा
१ लहान चमचा चिंचेचा कोळ
फोडणीसाठी १ चमचा तेल
जिरे व मेथी दाणे
चवीला मीठ

मेथी निवडून बारीक चिरून घ्यावी. चिंचेच्या कोळात गूळ विरघळवून घ्यावा. मिरचीचे तुकडे करून घ्यावे. कढईमध्ये तेल घालून त्यात जिरे घालावे. ते तडतडले की मेथीदाणे व लाल मिरच्यांचे तुकडे घालून जरा परतावेत. त्यात चिरलेली मेथी व मीठ घालून झाकण लावावे व वाफेवर मेथी शिजू द्यावी.

मेथीला पाणी सुटत असल्यामुळे वेगळे पाणी घालावे लागत नाही. मेथी अर्धवट शिजली की चिंच-गुळाचे पाणी घालून शिजवावी. गोळा व्हायला लागली की उतरवावी. ही चटणी असली तरी ती वाटत नाहीत.

मेथीच्या पानांची चटणी

१ वाटी निवडलेली मेथीची पाने
अर्धी वाटी निवडलेली कोथिंबीर
५ लसूण पाकळ्या
१ टेबलस्पून किसलेले सुके खोबरे
१ चमचा लाल तिखट
चवीला मीठ व साखर
तळणीसाठी तेल

मेथीची पाने, कोथिंबीर व लसूण वेगवेगळे तळून घ्यावे व कागदावर काढावे. गार झाल्यावर तळलेल्या भाज्या कुरकुरीत झाल्या पाहिजेत. सुके खोबरे लालसर व कुरकुरीत होईपर्यंत भाजून घ्यावे व तळलेल्या भाज्यांत घालावे. लाल तिखट, मीठ व साखर घालून हातानेच सर्व पदार्थ चुरडून घ्यावेत. कोथिंबीर व खोबऱ्यामुळे मेथीचा कडसरपणा जरासा कमी होतो.

आईच्या हातच्या चटण्या

आपापल्या आईच्या हातचे पदार्थ सर्वांनाच प्रिय असतात. मग मी तरी त्याला अपवाद कशी असेन? माझी आई निर्मला ओगले खूप छान स्वयंपाक करायची. वेगवेगळे पदार्थ करून बघायचा तिला नादच होता व त्यातूनच तिच्या अशा काही खास रेसिपीज तयार झाल्या. तिचे बहुतेक पदार्थ सपक; पण अतिशय चविष्ट असायचे. पुढेपुढे होस्टेलवर राहिल्यामुळे आम्हाला तिखट आणि मसालेदार खायची सवय लागली, त्यामुळे सुटीत घरी गेल्यावर आम्ही त्या पदार्थांबरोबर तिच्या खास चटण्या आणि लोणच्यांचा आस्वाद घ्यायचो. आमच्या लहानपणी आजीच्या वा आईच्या हातचे डोसे व इडली खाणे हा एक मोठा कार्यक्रम असायचा. कोणाला कडक तर कोणाला मऊसर डोसा आणि त्याबरोबर आईच्या हातच्या वेगवेगळ्या चटण्या. नुसते आठवूनच तोंडाला पाणी सुटते. कढीपत्तची चटणी, टोमॅटोची चटणी व मोडाच्या मेथ्यांची चटणी खावी तर ती आईच्याच हातची. तिच्या खाराच्या मिरच्या तर तिच्या नातवंडांपर्यंत फेमस आहेत. भरपूर मोहरीची डाळ फेसून केलेल्या मिरच्या ती हलके मिक्सरवरून काढते आणि त्यावर लिंबू पिळून फोडणी घालते. अशा खाराच्या मिरच्यांचे नाव आमच्या घरी 'आईच्या मिरच्या' म्हणूनच प्रचलित आहे.

कढीपत्त्याची चटणी

वाटीभर कढीपत्ता
पाव वाटी किसलेले खोबरे
पाव वाटी तीळ, चार लाल मिरच्या
चवीला मीठ व साखर

कढीपत्ता तेलावर कुरकुरीत होईपर्यंत परतावा. त्याचा रंग साधारण हिरवट राहिला पाहिजे. कढीपत्ता गार झाला की मिक्सरमध्ये वाटून बाजूला ठेवावा. किसलेले खोबरे, तीळ व मिरच्या भाजून मिक्सरमध्ये बारीक कराव्यात. त्यात वाटलेला कढीपत्ता, मीठ व साखर घालून मिश्रण एकजीव करावे.

डाळ्याची चटणी

१ कप पंढरपुरी डाळे
२ हिरव्या मिरच्या, २ पाकळ्या
लसूण, चवीला मीठ व साखर

सर्व पदार्थ मिक्सरच्या भांड्यात घालून कोरडे वाटावेत. या चटणीमध्ये मिरच्या व लसूण हे ओले पदार्थ असले तरी फ्रिजमध्ये ठेवल्यास चटणी बरेच दिवस टिकू शकते. अशा पद्धतीने केलेली डाळ्याची चटणी कोरडी तर खाता येतेच; पण पाण्यात कालवली असता इडली बुडवून खाण्यासही योग्य होते. आयत्या वेळी चटणी करायची वेळ आली तर ही कोरडी डाळ्याची चटणी दह्यात कालवून वरून हिंग मोहरीची फोडणी द्यायची व त्यात बारीक चिरलेली कोथिंबीर घालायची. वेगळ्या चवीची चटणी होते.

मोडाच्या मेथ्यांची चटणी

अर्धी वाटी मोड आलेल्या मेथ्या
(मेथ्या सकाळी भिजत घालून संध्याकाळी फडक्यात बांधल्या की सकाळी चांगले मोड येतात.)
१ वाटी खवलेले ओले खोबरे
४ हिरव्या मिरच्या, २ चमचे तेल
चवीला मीठ
साखर आणि अर्ध्या लिंबाचा रस

प्रथम तेलावर हिरव्या मिरच्यांचे बारीक तुकडे करून परतावेत. त्यावर मेथ्या टाकून पाण्याचा हबका देऊन चांगली वाफ आणावी. त्यात ओले खोबरे, मीठ व साखर घालून पुन्हा परतावे. गार झाल्यावर त्यात लिंबाचा रस पिळून सारखे करावे.

दोडक्याच्या शिरांची चटणी

दोडक्याच्या वाटीभर शिरा (साले)
अर्धी वाटी सुके खोबरे
अर्धी वाटी पांढरे तीळ
लाल तिखट
मीठ चवीप्रमाणे
फोडणीसाठी २ चमचे तेल, हिंग
हळद व मोहरी

एका भांड्यात फोडणी करून त्यावर दोडक्याच्या शिरा टाकाव्यात. मंद आचेवर कुरकुरीत होईपर्यंत परताव्यात व ताटात काढाव्यात. त्याच तेलात पांढरे तीळ व खोबरे वेगवेगळे परतून घ्यावे. दोडक्याच्या शिरा, तीळ, खोबरे हे सर्व मीठ तिखट आणि साखर घालून हलक्या हाताने एकत्र करावे.

ही कुरकुरीत चटणी दहीभाताबरोबर चांगली लागते. त्याला दोडक्याची चिवडा चटणी असेही म्हटले जाते.

मलगोवा कैरीची चटणी

२ मलगोवा कैऱ्या
१ चमचा लाल तिखट
१ मोठा चमचा किसलेला गूळ
२ मोठे चमचे ओला, खवलेला नारळ, अर्धा चमचा जिरे पावडर
अर्धा चमचा मोहरीची डाळ
तडक्यासाठी तेल, हिंग
हळद, १ लाल मिरची

आंब्याची साल काढून लहान लहान तुकडे करून घ्यावेत. एका भांड्यात कैरीच्या फोडी बुडतील एवढे पाणी घ्यावे. त्यात लाल तिखट, जिरे पावडर, मोहरीची डाळ, मीठ आणि कैरीच्या फोडी टाकाव्यात.

एक उकळी आली, की गूळ आणि खवलेला नारळ घालावा. कैरीच्या फोडी मऊ होईपर्यंत शिजवाव्यात. लागले तर आणखी थोडे पाणी घालावे. कैरी शिजून पाणी आटल्यावर गॅस बंद करावा. तयार चटणीवर हिंग हळदीची फोडणी घालून ढवळावे. आमच्या बागेत मलगोवा जातीच्या आंब्याचे झाड होते. तो आंबा वेगळ्याच चवीचा असून, त्याच्या कैरीला फारसा आंबटपणा नसतो. म्हणून या प्रकारच्या चटणीमध्ये आई नेहमी मलगोवा जातीची कैरी वापरत असे.

ललितातार्इंच्या चटण्या

नुकतीच इंग्लंडमध्ये अनेक वर्षं वास्तव्य असलेली आमची मैत्रीण *ललिता कार्लेकर* आमच्याकडे आली होती. तिच्या पुण्याहून नेण्याच्या खरेदीमध्ये नेहमी निरनिराळ्या प्रकारच्या कोरड्या चटण्या असतात. ती सांगत होती, ''इतकी वर्षं परदेशात राहिलो; पण घरच्यांना भारतीय पद्धतीचे जेवण आवडते. मी काही रोज अगदी साग्रसंगीत स्वयंपाक करत नाही; पण पानात चटण्या असल्या, की सगळे जण खूश असतात. त्यासाठी मला अनेक प्रकारच्या चटण्या मात्र कायम घरात ठेवा लागतात. कोरड्या चटण्यांपैकी कारळे, जवस, सोलापुरी दाण्याची अशा चटण्या मी पुण्याहून नेते; तर तीळ, खोबरे, लसूण अशा चटण्या घरी करते. लंडनमधील दुकानात असंख्य प्रकारच्या, अगदी भेळेच्या चटण्यासुद्धा मिळतात; पण त्यात प्रिझर्वेटिव्ह असल्यामुळे शक्यतो मी त्या आणत नाही.

''माझ्या घरच्या लोकांच्या चटणी प्रेमामुळे मी वेगवेगळ्या प्रकारच्या चटण्या बनवण्यात प्रभुत्व मिळवले आहे, असे मला वाटते. काही कोरड्या व बऱ्याच प्रकारच्या ताज्या चटण्या मी घरीच करते. माझ्या मते, कोणत्याही भाजीमध्ये मीठ व मिरची घालून ती वाटली व वरून मस्तपैकी फोडणी दिली की उत्तम चवीची चटकदार चटणी तयार होते. फळांच्या बाबतीतही काहीसे तसेच आहे. मीठ, साखर व तिखट घालून फळांचा गर शिजवला की आंबटगोड चवीची चटणी तयार. माझ्या या अनुभवावरून मी लाल भोपळा, कोबी, पालक, टोमॅटो अशा भाज्यांच्या व सफरचंद, अंजीर, आंबा, प्लम, स्ट्रॉबेरी अशा फळांच्या चटण्या करते. फळांच्या चटणीला सुक्यामेव्याची जोड दिली तर त्या आणखीनच छान लागतात.

''आमच्या बागेत सफरचंद आणि अंजिराची झाडे आहेत, त्यामुळे सीझनमध्ये त्यांच्या चटण्या बनवणे हा माझा एक उद्योग असतो. माझ्या ब्रिटिश सहकाऱ्यांना त्या खूप आवडतात, त्यामुळे त्यांच्यासाठीदेखील मी बाटल्या, भरून चटण्या करून ठेवते. या चटण्या आठ-दहा दिवस चांगल्या टिकतात. नुकतीच मी माझ्या बहिणीच्या बागेतील पेरू व पपईची चटणी केली. वरून केशरी दिसणारी पपई कापल्यावर जरा कच्चट आहे असे लक्षात आले व ती आता कोण खाणार, असे प्रश्नचिन्ह सगळ्यांच्या चेहऱ्यावर दिसले. ते बघून माझ्यातली सुगरण जागी झाली व मी त्या पपईची चटणी बनवायचे ठरवले.''

या आहेत ललितातांईनी दिलेल्या त्यांच्या खास चटण्यांच्या रेसिपीज.

पपईची चटणी

२ कप पपईचे बारीक चौकोनी तुकडे, पाऊण वाटी साखर
२ चमचे व्हिनिगर
चवीला मीठ व लागेल त्याप्रमाणे लाल तिखट
१ चमचा तेल
२ लवंगा
जिरे व मोहरी

एका नॉनस्टिक भांड्यात तेल तापवून त्यात जिरे, मोहरी व लवंगा टाकाव्यात. पपईचे तुकडे टाकून परतावेत व झाकण घालून वाफ द्यावी. पपई कच्चट असली तरी पटकन शिजते. ती मऊसर झाली की साखर, व्हिनिगर, तिखट व मीठ घालून शिजवावी. जरा सैल असतानाच गॅस बंद करावा. कारण चटणी गार झाल्यावर घट्ट होते.

अंजिराची चटणी

अर्धा किलो अंजीर- जरा कच्चे असले तरी चालतात.
पाऊण कप साखर
थोड्या मनुका, थोडा सुका मेवा
१ टी स्पून गरम मसाला
१ टी स्पून लाल तिखट
१ टेबलस्पून तेल, मोहरी, लाल मिरची

अंजिराचे डेख काढून उभे तुकडे करून घ्यावे. चाळणीवर ठेवून वाफवून घ्यावे. भांड्यात तेल तापवून त्यात मोहरी व लाल मिरची घालावी. वाफवलेले अंजीर व बाकीचे पदार्थ घालून शिजवावे. करायला अतिशय सोपी असलेली ही चटणी फारच छान लागते. अंजिरातल्या बियांमुळे ही काळपट रंगाची चटणी दिसतेही पण खूप छान.

तळलेल्या पालकाची चटणी

१ मध्यम आकाराची पालकाची गड्डी
४–५ हिरव्या मिरच्या
१ वाटी सुक्या खोबऱ्याचा कीस
पाव वाटी तीळ, मीठ व साखर

पालकाची गड्डी निवडून पाने कोरडी करून घ्यावीत. गरम तेलात कुरकुरीत होईपर्यंत तळून ताटात काढावीत. मिरच्यांचे तुकडे करून त्या तळून घ्यावे. तीळ व खोबऱ्याचा कीस तांबूस रंग येईपर्यंत वेगवेगळा भाजून घ्यावा. ताटात काढलेली तळलेली पालकाची पाने व मिरच्या गार झाल्यावर हाताने कुस्कराव्यात. त्यात तीळ, खोबऱ्याचा कीस, मीठ व साखर घालून खोबऱ्याचा कीस कुस्करला जाणार नाही, अशा बेताने हलक्या हाताने एकत्र करा. अगदी वेगळ्या चवीची ही कोरडी चटणी सर्वांना खूपच आवडते.

सफरचंद व आल्याची चटणी

५ सफरचंदांचे लहान तुकडे
किसलेले आले २ मोठे चमचे
चिमूटभर दालचिनीची पूड
१ कप साखर
१ मोठा चमचा लाल तिखट
लिंबाचा रस व मीठ चवीला

एका भांड्यात साखर व सफरचंदाचे तुकडे शिजत ठेवावे. साखर विरघळली की बाकीचे पदार्थ घालून शिजवावे. मिश्रण घट्ट झाले की उतरवावे. ही चटणी चांगली महिनाभर टिकते.

पेरूची चटणी

३ मध्यम आकाराचे पिकलेले पेरू
१ मोठा चमचा काजूचे तुकडे
१ लाल मिरची
साखर
तिखट
व मीठ जरुरीप्रमाणे

पेरूच्या फोडी करून शिजवून घ्याव्यात. बिया काढून गर कुस्करून घ्यावा. गराच्या पावपट साखर घ्यावी. एका भांड्यात सर्व जिन्नस एकत्र करून शिजवावे.

खास बात

पूर्वीच्या काळी बायका आजच्यासारख्या घराबाहेर पडून काम करत नसत; तसेच त्या वेळी बाहेरून पदार्थ विकत आणून खाण्याचीही पद्धत नव्हती. रोजच्या स्वयंपाकाच्या जोडीने वर्षभराच्या बेगमीचे पदार्थ, वाळवणं, चटण्या, लोणची हे सर्व पदार्थ घरीच बनवले जात. यामुळे त्यांचा बराच वेळ स्वयंपाकघरातच जात असे. घरातल्या लोकांच्या आवडीनिवडी जपून निरनिराळे पदार्थ बनवणे व ते त्यांना प्रेमाने खाऊ घालणे यातच त्यांना आनंद मिळत असे.

हल्ली अनेक मासिकांतून, वर्तामानपत्रांतून वेगवेगळ्या रेसिपीज प्रसिद्ध होत असतात. त्या आपल्या वहीत उतरवून ठेवायची काहींना सवय असते. अनेक बायकांकडे स्वत:ची अशी तयार केलेली एक 'रेसिपी वही' असते. त्याचा त्या रोजच्या स्वयंपाकात बदल करण्यासाठी वा त्यातले काही नवीन पदार्थ करून बघताना वापर करतात.

अशाच अनेक गोष्टी विचारात घेऊन, अनेक बचत गटांमध्ये किंवा घरगुती स्वरूपाच्या उद्योगाद्वारे वेगवेगळे पदार्थ बनवले जातात. यामध्ये प्रामुख्याने चटण्या व लोणच्यांचा समावेश असतो. आज कोणत्याही किराणा मालाच्या किंवा इतर खाद्यपदार्थांच्या दुकानात गेलो तर तिथे चटण्यांचे विविध प्रकार विक्रीस ठेवलेले दिसतात.

सगळ्याच गृहिणी आपापल्या परीने सुगरणी असतात. त्यांच्या स्वत:च्या अशा खास रेसिपीज असतात. प्रत्येक पदार्थाला– अगदी चटण्यांनासुद्धा त्यांचा असा एक वेगळा 'टच' असतो. हल्ली इंटरनेटवर कोणत्याही पदार्थाची रेसिपी वाचायला मिळते; पण त्यात हा 'टच' बघायला मिळत नाही. कारण प्रत्येक पदार्थ अथवा चटणी बनवताना त्यात एक खास बात असते.

बांगडयाची चटणी

आमच्याकडे *सुजाता माळी* नावाची कोकणी मुलगी येते. ती तिच्या आईकडून शिकलेली बांग़ड्याची व दाणालसणीची चटणी नेहमी करते. पातळ तांदळाची भाकरी व त्याबरोबर या दोन चटण्या असल्या की जेवणात दुसरे काही लागत नाही. सुजाताची आई बांगडे निखाऱ्यावर किंवा चुलीत भाजून घेते; पण इथे ते शक्य नसल्याने ते गॅसवर भाजावे लागतात.

२ बांगडे
अर्धी वाटी सुके खोबरे
४ सुक्या लाल मिरच्या
१० पाकळ्या लसूण, कोथिंबीर, २ आमसुले, हळद व मीठ

बांगड्यांना हळद व मीठ लावून तासभर ठेवावेत. गॅसवर जाळी ठेवून त्यावर बांगडे भाजून घ्यावेत. गार झाल्यावर त्यातले काटे काढून टाकावे व आतला भाग हलक्या हाताने कुस्करावा. खोबरे लालसर होईपर्यंत भाजावे. त्यात लसूण, मिरच्या, आमसुले व मीठ घालून थोडा वेळ परतावे. मिश्रण पाट्यावर ठेवून वरवंट्याने भरड कुटावे. भांड्यात काढून त्यात बांगडा व कोथिंबीर अगदी अलगद मिसळावी.

बांगड्याच्या चटणीची खास बात म्हणजे बांगडे निखाऱ्यावर भाजून घेतले जातात. भाजल्यामुळे त्यांना खास चव मिळते.

ढोकळ्यातल्या मालमसाल्याची चटणी

हल्ली ढोकळा हा गुजराती पदार्थ सगळीकडे लोकप्रिय झाला आहे. दुकानातून मोठमोठ्या ट्रेमध्ये ढोकळा ठेवलेला असतो. त्यावर भरपूर कोथिंबीर, ओले खोबरे, मिरच्या व फोडणी घातलेली असते. ढोकळा हा पदार्थ तसा कोरडाच असतो, त्यामुळे त्याच्याबरोबर ओली चटणी खाल्ली जाते. बहुतेक वेळा एक तिखट चटणी व दुसरी चिंचगुळाची आंबटगोड अशा दोन चटण्या त्याबरोबर देतात. ट्रेमधला ढोकळा संपला तरी कोथिंबीर, ओले खोबरे, मिरच्या व थोडाफार ढोकळ्याचा चुरा ट्रेमध्ये शिल्लक राहतो. तो वाया न घालवता ढोकळ्याबरोबर खाण्यासाठी त्याची ओली चटणी केली जाते.

मालमसाल्यात भरीला घालावे लागले, तर ढोकळ्याचे तुकडे घातले जातात, त्यामुळे चटणीला दाटपणा मिळतो व ती पांचट लागत नाही.

मोहरीच्या पानांची चटणी

एक खास बात असलेली चटणी चंदिगडच्या *सौ. धवन* यांच्याकडे खाण्यात आली.

२ कप कोवळी मोहरीची पाने, थोडी कोथिंबीर, अर्धा इंच आल्याचा तुकडा, ३ हिरव्या मिरच्या, ४ पाकळ्या लसूण मीठ चवीला, तयार लोणचे १ चमचा

सर्व जिन्नस एकत्र करून मिक्सरमध्ये बारीक वाटावेत.

अशी चटणी पंजाबमध्ये अनेक घरी करत असतील, पण माझ्या मैत्रिणीच्या चटणीची 'खास बात' म्हणजे त्यात घातलेले लोणचे. ती तिच्या घरात असेल ते-आंब्याचे, लिंबाचे असे कोणतेही चमचाभर लोणचे चटणी वाटताना त्यात घालते व त्यामुळे त्या चटणीला वेगळीच चव येते.

बटाटेवड्याच्या पिल्लांची चटणी

बटाटेवडे तळताना प्रत्येक घाण्यानंतर तळणीत पिठाचे तुकडे राहतात. या कुरकुरीत तुकड्यांना ''बटाटेवड्यांची पिल्ले'' म्हणतात. या पिल्लांची कोरडी व ओली अशा दोन प्रकारच्या चटण्या बनवल्या जातात.

■ कोरडी चटणी ■

वडेवाल्यांकडे कुरकुरीत तळलेला कांदा, लसूण, मिरच्या व सुके खोबरे यांची मीठ व साखर घालून चटणी कुटून ठेवलेली असते. ही चटणी दर दोन दिवसांनी बनवली जाते. या तिखट चटणीमध्ये वड्याची पिल्ले घालून मिक्सरमध्ये फिरवले जाते. बेसनाच्या पिठात मीठ तिखट घातलेले असतेच. मूळ चटणीत पिल्ले घातल्यावर नवीन चटणीला वेगळीच आणि खास अशी चव मिळते. शिवाय पिल्ले वाया न जाता त्याचा चांगला उपयोग होतो. अशी चटणी त्या-त्या दिवशीच संपवावी लागते, त्यामुळे तो अंदाज घेऊनच आम्ही ती बनवतो, असे वडेवाल्याने सांगितले.

■ ओली चटणी ■

ओली चटणी करताना ही पिल्ले, हिरव्या मिरच्या, कोथिंबीर व ओले खोबरे बारीक वाटून आणि वरून कढीपत्ता, हिंग, मोहरीची फोडणी दिलेली पातळसर चटणी बनवली जाते. ती कांदा भजीबरोबर देतात.

वेगळ्या चवीच्या चटण्या

काही प्रकारच्या चटण्या नेहमीचे पदार्थ न वापरता वेगळे पदार्थ वापरून केलेल्या असतात. कोणत्याही भाजी वा फळाला त्यात मिरची, कोथिंबीर, मीठ, साखर यांची जोड दिली व वरून खमंग फोडणी घातली, की उत्कृष्ट चवीची चटणी तयार, असे एका सुगृहिणीकडून ऐकले होते. निबर भाज्या, हिरवे मूग, पापड, पोहे अशा वेगवेगळ्या पदार्थांपासून केलेल्या चटण्यांच्या रेसिपीज मिळाल्यावर त्याचा प्रत्यय आला.

कडधान्यांची चटणी

१ वाटी मोड आलेली कडधान्ये–
मूग, मसूर व मटकी
१ मोठा चमचा मोड आलेली मेथी
१ मोठा चमचा कैरीच्या लोणच्याचा
तयार मसाला, मीठ
साखर चवीला, हिंग
मोहरी व तेल फोडणीसाठी

सर्व जिन्नस एकत्र करून मिक्सरमध्ये घालून हलके फिरवावे. वाडग्यात काढून वरून फोडणी द्यावी. आंबट, तुरट, कडवट अशा मिश्र चवीची ही चटणी फार छान लागते.

ही चटणी मिक्सरमध्ये न वाटता, वरून फोडणी न घालता केली तर पथ्य करणाऱ्या लोकांसाठी फार चांगली. अशी चटणी कोशिंबिरीला पर्याय म्हणूनदेखील करू शकतो. कैरीच्या दिवसात या चटणीमध्ये आंबटपणासाठी कैरी किसून घालावी एरवी लिंबाचा रस घालावा.

हिरव्या मुगाची चटणी

१ कप मोड आलेले हिरवे मूग
२ पाकळ्या लसूण
चिंचेचे बुटुक
१ कांदा
१'' आल्याचा तुकडा
थोडी कोथिंबीर
२ हिरव्या मिरच्या
चवीला मीठ
२ चमचे तेल
मोहरी, हिंग व कढीपत्ता

मूग कोमट पाण्यात टाकून त्याची जेवढी साले काढता येतील तेवढी काढावीत. कांदा, आले, मिरच्या व लसूण बारीक कापावा. तेल गरम करून त्यात मूग, कांदा, आले, मिरच्या व लसूण परतून घ्यावा. कोथिंबीर चिरून घ्यावी. मिक्सरच्या भांड्यात परतलेले पदार्थ, चिंच, मीठ व कोथिंबीर घालून भरड वाटावे. वरून मोहरी व हिंगाची फोडणी द्यावी.

आवळ्याची चटणी

मूठभर आवळे
थोडी चण्याची डाळ
३ हिरव्या मिरच्या
तेल
मोहरी
हिंग, जिरे, हळद

आवळे वरवंट्याने ठेचून बिया काढाव्यात. चणाडाळ दोन-तीन तास पाण्यात भिजवून व नंतर उपसून ठेवावी. आवळे, चण्याची डाळ, मिरच्या व मीठ पाट्यावर बारीक वाटावे. तयार चटणीवर हिंग मोहरी, जिरे व हळदीची फोडणी द्यावी.

ब्राह्मीच्या पानांची चटणी

ब्राह्मी ही एक वनौषधी असून तिच्या पानांचा आयुर्वेदात उपयोग केलेला आढळून येतो. या पानांचे सकाळी रिकाम्या पोटी सेवन केल्यास स्मरणशक्ती वाढते, तसेच पचनशक्ती सुधारते. ती त्वचेच्या आरोग्यासाठी उपयुक्त असून, तेलामध्ये घालून केसाला लावली असता केसांची चांगली वाढ होते. अशा या औषधी ब्राह्मीच्या पानांची केरळमध्ये चटणी बनवली जाते.

१ कप ब्राह्मीची पाने
अर्धा कप खोबरे
१ चमचा उडीद डाळ व चणाडाळ
६ लाल मिरच्या
कढीपत्ता
लिंबाएवढी चिंच
मीठ
हिंग
१ चमचा खोबऱ्याचे तेल

कढईमध्ये तेल घालून त्यात दोन्ही डाळी, मिरच्या व कढीपत्ता परतून घ्यावे. गार झाल्यावर मिक्सरमध्ये बारीक करावे. त्यात ब्राह्मीची पाने, खोबरे, चिंच, मीठ व हिंग घालून वाटावे. आवश्यक असेल तर पाणी घालावे व सरसरीत चटणी वाटावी.

या चटणीमध्ये सुके खोबरे घालून कोरडी चटणी करता येते.

सुंठीची चटणी

१ टी स्पून सुंठ
अर्धा चमचा प्रत्येकी आमचूर
लाल तिखट
व जिरे पावडर
चिमूटभर पिठी साखर
चवीला मीठ

सर्व पदार्थ एकत्र करावेत. वाटल्यास त्यात साखर घालावी. अशी चटणी काश्मीरमध्ये थंडीच्या दिवसांत करून ठेवलेली असते व ती तुपात कालवून खाल्ली जाते.

गमतीदार नावांच्या चटण्या

काही चटण्यांना अतिशय गमतीदार अशी नावे दिलेली असतात. ती नावे कशावरून पडली असतील, असा प्रश्न पडला तर त्यात नवल नाही. कडप्पा हा एक दगडाचा प्रकार आहे, गन पावडर हा दारूगोळ्याच्या संदर्भात वापरला जाणारा शब्द आहे; तर ऐरावत म्हणजे इंद्राचा पांढरा हत्ती हे माहीत होते; पण या शब्दांचा आणि चटणीचा एकमेकांशी काय संबंध? तक्कू, चंद्रमंडल अशी नावे चटणीला का दिली असतील? याबद्दल बरीच चौकशी केली; पण ते प्रश्न अनुत्तरीतच राहिले आहेत. नाव काही का असेना ती चटणी करून आणि खाऊन बघायला काहीच हरकत नाही.

गन पावडर

गन पावडर ही एक इडली-डोशाबरोबर खाल्ली जाणारी दाक्षिणात्य चटणी आहे.

अर्धा कप चणाडाळ
अर्धा कप उडीद डाळ
अर्धा कप तांदूळ
अर्धा कप तीळ
लाल मिरच्या
कढीपत्ता

कढईमध्ये डाळी, तांदूळ व तीळ वेगवेगळे भाजून घ्यावे. त्याच कढईमध्ये तेल घालून लाल मिरच्या व कढीपत्ता परतून घ्यावा. सर्व जिन्नस एकत्र करून मिक्सरमध्ये बारीक वाटून घ्यावेत. ही चटणी डोसा तव्यावर असताना त्यावर घालून अथवा तेलात कालवून खाल्ली जाते.

चंद्रमंडल

चंद्रमंडल ही एक चटकमटक चवीची गोडसर कोथिंबिरीची चटणी आहे. या फोडणीमध्ये नेहमीपेक्षा मोहरी जरा जास्त असते. तसेच मनुकाही असतात. ही चटणी कन्नूरच्या देवळातील उत्सवामध्ये केली जाते.

अर्धा कप चिरलेला गूळ
१ वाटी कोथिंबीर
अर्धी वाटी खवलेले खोबरे
४ हिरव्या मिरच्या
१ मोठा चमचा चिंचेचा कोळ
मीठ
फोडणीसाठी १ चमचा तेल
१ चमचा मोहरी, कढीपत्ता
मूठभर मनुका

गूळ पाण्यात विरघळवून घ्यावा. कोथिंबीर, खोबरे, मिरच्या, चिंचेचा कोळ व मीठ बारीक वाटून घ्यावे. गुळाचे पाणी व वाटलेली चटणी एकत्र करून ते मिश्रण उकळायला ठेवावे. जरा घट्टपणा आला की गॅस बंद करावा. कढीपत्ता, लाल मिरची, मनुका व हिंगाची फोडणी करून चटणीवर घालावी.

ऐरावत

२ चहाचे चमचे चिंचेचा कोळ
८ खजूर
लिंबाएवढा गुळाचा खडा
१० लाल मिरच्या
अर्धी वाटी कोथिंबीर
१'' आल्याचा तुकडा
चवीला मीठ

सर्व पदार्थ एकत्र करून मिक्सरमध्ये बारीक वाटावी. चटणी वाटताना चिंचेच्या कोळाचा ओलसरपणा पुरतो. त्यात वाटताना वेगळे पाणी घालण्याची गरज नाही. ही चटणी उडपी, मेंगलोर व कोकणात सत्यनारायणाच्या पुजेच्या किंवा सणासुदीच्या जेवणात केली जाते असे ऐकले. सर्वांना आवडणारी ऐरावत चटणी त्याच घटकांची, पण वेगवेगळ्या प्रकाराने बनवली जाते. या चटणीला गोड, आंबट, तिखट आणि जिभेला झटका देणारी चव असते. गोडाच्या जेवणात तर ती हमखास बनवली जाते.

कड्डप्पा

२ मध्यम आकाराचे बटाटे
१ कांदा
२ हिरव्या मिरच्या
४ लसूण पाकळ्या
१'' आल्याचा तुकडा
२ मोठे चमचे खवलेला नारळ
१ मोठा चमचा सांबार मसाला
१ मोठा चमचा शिजवलेली मुगाची डाळ
फोडणीसाठी तेल, कढीपत्ता
लाल मिरची, हिंग व मोहरी

बटाटे उकडून सोलून कुस्करावेत. कांदा बारीक चिरून घ्यावा. खोबरे, मिरच्या, आले व लसूण वाटून घ्यावे. शिजवलेली डाळ थोडे पाणी घालून घोटून घ्यावी.

कढईमध्ये तेल घालून त्यात कांदा परतावा घ्यावा. कांदा शिजल्यावर त्यात वाटलेले खोबरे, आले, लसूण व मिरची घालावी. त्यात घोटलेली डाळ व सांबार मसाला घालावा. उकळी आली की कुस्करलेला बटाटा घालून चांगले ढवळावे. ही चटणी सरसरीत ठेवावी. गार झाल्यावर वरून हिंग, मोहरी व कढीपत्त्याची फोडणी द्यावी. कड्डुपा ही चटणी कूर्गमधली असून, तिथे ती भाताबरोबर अथवा इडलीबरोबर खाल्ली जाते.

तक्कू

अर्धा किलो कैरी
१ कांदा
दीड टी स्पून हळद व मेथीची पूड
३ चमचे लाल तिखट
२ कप साखर
पाऊण कप तेल
मोहरी
चिमूटभर हिंग
चवीला मीठ

कांदा किसून त्यातले पाणी पिळून टाकावे. कैरीची साल काढून किसून घ्यावी. एका मोठ्या भांड्यात कैरीचा कीस घालून त्यात तेल सोडून सर्व जिन्नस घालावेत. साखर विरघळेपर्यंत चांगले ढवळावे. कढल्यामध्ये तेल गरम करून त्यात हिंग, मोहरी घालावी. मोहरी तडतडल्यावर या मिश्रणावर फोडणी ओतावी. कालवून बरणीत भरावी.

भाज्यांच्या चटण्या

पातीच्या कांद्याची चटणी

३ पातीचे कांदे, अर्धी वाटी सुके खोबरे, ४ लाल मिरच्या, ४ पाकळ्या लसूण, १ चमचा तेल चवीसाठी चिंच, व मीठ

कांदा व त्याची पात बारीक चिरून घ्यावी. पातेल्यात तेल घालून त्यात चिरलेला पातीचा कांदा व लसूण परतून घ्यावा. उरलेल्या तेलात खोबरे परतून घ्यावे. कांदा, खोबरे, चिंच व मीठ हे सगळे एकत्र करून पाट्यावर घालावे व त्याची जाडसर चटणी वाटावी.

भोपळी मिरचीची चटणी

३ भोपळी मिरच्या १ कांदा, १ टी स्पून आल्याचा कीस, ४ पाकळ्या लसूण २ हिरव्या मिरच्या, मीठ चवीला

भोपळी मिरच्यांना तेल चोळून त्या गॅसवर भाजाव्यात. सालासकट कांदा गॅसवर भाजावा. (खरेतर या भाज्या निखाऱ्यावर भाजल्या जातात.) गार झाल्यावर भोपळी मिरचीचे काळे झालेले साल काढावे. दोन तुकडे करून आतल्या बिया काढाव्या. कांदा सोलून त्याचे चार तुकडे करावेत. भोपळी मिरचीचा गर, सोललेला कांदा, आले, लसूण, मिरच्या व मीठ एकत्र करून मिक्सरमध्ये बारीक वाटा. जरुरीप्रमाणे पाणी घालावे.

लसणीच्या पातीची चटणी

१ कप चिरलेली लसणीची पात लसणीच्या कुडीसकट चिरलेली अर्धा कप कोथिंबीर, ४ हिरव्या मिरच्या, पाव चमचा जिरे पूड, चवीला मीठ, लिंबाचा रस

सर्व जिन्नस एकत्र करून मिक्सरमध्ये गुळगुळीत चटणी वाटावी.

सोल्याची चटणी

१ वाटी वाफवलेले सोले
अर्धी वाटी शेंगदाण्याचे कूट
५ हिरव्या मिरच्या
अर्धी वाटी चिरलेली कोथिंबीर
चवीला मीठ साखर, लिंबाचा रस

सोले वाफवताना त्यांचा हिरवा रंग तसाच राहील, अशा बेताने ते वाफवावेत. सर्व पदार्थ मिक्सरमध्ये वाटावेत. जरूर वाटल्यास पाणी घालावे. ताजे सोले नसतील तर हिरवे चणे वापरून ही चटणी करता येते. चणे सहा-सात तास भिजवून मग मऊसर वाफवून घ्यावे. बाकी साहित्य तेच ठेवून चटणी वाटावी.

कच्च्या टोमॅटोची चटणी

पिकलेल्या टोमॅटोप्रमाणेच कच्च्या टोमॅटोचीदेखील चविष्ट अशी चटणी बनवली जाते.

३ कच्चे टोमॅटो, १ मोठा चमचा शेंगदाण्याचे कूट, १ चमचा किसलेले सुके खोबरे चिमूटभर तीळ, २ हिरव्या मिरच्या, १ चमचा तेल, चवीसाठी मीठ व साखर

तेलाची हिंग, जिरे, मोहरी व हळद घालून फोडणी करावी. त्यात कच्च्या टोमॅटोच्या फोडी व मिरच्या घालून परताव्यात. टोमॅटो जरासा शिजल्यावर त्यात दाण्याचे कूट व खोबरे घालून परतावे. मिश्रण गार झाल्यावर त्यात मीठ व साखर घालून मिक्सरमध्ये भरड वाटावे. अशी केलेली चटणी भाजीला पर्याय म्हणूनही खाल्ली जाते.

गवारीच्या शेंगांची चटणी

बाजारातून गवार आणली की ती निवडताना त्यात काही शेंगा जून निघतात. त्या आपण भाजीत घेत नाही. अशा वेळी त्या वाया न घालवता त्याची चटणी करावी.

गवारीच्या १०-१५ जून शेंगा
१ वाटी कोथिंबीर
अर्धी वाटी ओले किंवा सुके खोबरे
५ हिरव्या मिरच्या
मीठ व साखर
फोडणीसाठी १ चमचा तेल
हिंग व मोहरी

गवारीच्या शेंगा वाफेवर अर्धवट शिजवून घ्याव्या व त्याच्या शिरा काढून टाकाव्यात. मिक्सरच्या भांड्यात गवारीच्या शेंगा, खोबरे, कोथिंबीर व मीठ साखर घालून भरड चटणी वाटावी. ओले खोबरे व गवारीच्या शेंगांतील ओलसरपणा चटणी वाटली जाण्याजोगा असतो. तयार चटणीवर हिंग व मोहरीची फोडणी द्या.

घोसाळ्याची चटणी

१ मध्यम घोसाळे
१ मोठा चमचा भिजवलेली चण्याची डाळ
२ पाकळ्या लसूण
१ आमसूल
२ लाल मिरच्या
२ चमचे तेल
हिंग, मोहरी व हळद

घोसाळ्याचे साल न काढता तुकडे करावेत. कढईमध्ये तेल घालून त्यात चणा डाळ परतावी. त्यात घोसाळ्याचे तुकडे घालावे व वाफ द्यावी. गार झालेली चणा डाळ, घोसाळ्याचे तुकडे, लसूण, आमसूल व मिरच्या हे सर्व पाट्यावर घालून वरवंट्याने भरड ठेचून घ्यावे. ही चटणी खाताना भाजीचे व डाळीचे तुकडे तोंडात आले पाहिजेत. कढईत राहिलेल्या तेलाची हिंग, मोहरी व हळद घालून फोडणी करावी व त्यावर ठेचलेली चटणी परतावी.

फळांच्या चटण्या

मिक्स्ड फ्रूट चटणी

प्लम, पीच, पेअर, सफरचंद व चेरी
मिळून अर्धा किलो फळे
४०० ग्रॅम साखर
४'' आल्याचा तुकडा किसून
१ टेबलस्पून मिरपूड
१ टेबलस्पून पापरिका पावडर
चिमूटभर दालचिनी पूड
चवीला मीठ
१ कप व्हिनिगर

फळांच्या साली सोलून आतल्या बिया काढून टाकाव्यात व त्यांचे लहान लहान तुकडे करावेत. किसलेले आले, मिरपूड, पापरिका पावडर, दालचिनी पूड, मीठ व साखर एकत्र करून त्यात फळांच्या फोडी मिसळाव्यात. तासाभराने मिश्रणाला पाणी सुटल्यावर भांडे हॉटप्लेटवर ठेवावे. चमच्याने ढवळत फळे नरम होईपर्यंत शिजवावी. शिजताना त्यात जरुरीप्रमाणे थोडाथोडा व्हिनिगर घालावा. फळे शिजून चटणी घट्ट झाली की उतरवावी.

जर्दाळूची चटणी

पाव किलो जर्दाळू
पाव किलो साखर
१ लिंबाचा रस
१ चमचा लाल तिखट
२ वेलदोडे
२ चमचे आल्याचे लांबलांब काप
२ चमचे बदामांचे काप
१ कप पाणी

पाणी कोमट करून त्यात जर्दाळू तासभर भिजत घालावे. भिजल्यावर आतले बी काढून कुस्करावेत. त्याच पाण्यात कुस्करलेला जर्दाळू, साखर, तिखट, बदाम, वेलदोडे, आल्याचे काप व मीठ घालून शिजत ठेवावे. साखर विरघळून पाणी आटेपर्यंत हे मिश्रण शिजवावे. गार झाल्यावर तयार चटणीत लिंबाचा रस पिळून सारखी करावी.

पेरूची चटणी

दीड कप पेरूचा गर
१ कप साखर अर्धा कप व्हिनिगर
१ टी स्पून लाल तिखट
१ टी स्पून किसलेले आले
अर्धा कप काजू
बदाम
बेदाणे
चवीला मीठ

पेरूचा तयार गर मिळाला नाही तर पेरू पाण्यात घालून शिजवून घ्यावेत. पाण्यातून काढून कुस्करावे व गाळण्यावर घालून त्यातल्या बिया काढून टाकाव्यात. पेरूचा गर, साखर, व्हिनिगर, आले, काजू, बदाम, बेदाणे, लाल तिखट व मीठ हॉटप्लेटवर शिजत ठेवावे. साखर पूर्णपणे विरघळून चटणीला घट्टपणा आला की खाली उतरवावी. फार घट्ट वाटली तर व्हिनिगर घालून सैल करावी. गार झाल्यावर बरणीत भरावी.

केळ्याची चटणी

२ पिकलेली केळी
अर्धा कप व्हिनिगर
अर्धा कप साखर
मूठभर बेदाणे
१ चहाचा चमचा लाल तिखट
चवीला मीठ

केळी साल काढून कुस्करून घ्यावी. जाड बुडाच्या भांड्यात केळी, साखर, बेदाणे, तिखट, मीठ व व्हिनिगर घालून गॅसवर शिजत ठेवावे. मिश्रण घट्ट झाले की उतरवा. ही चटणी व्हिनिगर असूनसुद्धा जास्त दिवस टिकत नाही. ती लगेच संपवावी लागते.

बरेच वेळा घरी आणलेली केळी जास्त पिकतात. मग ती कोणी खात नाही. अशा वेळी त्याची चटणी केली तर ती पटकन फस्त होते.

बेरीजंची चटणी

२५० ग्रॅम कोणत्याही बेरी
३ टेबलस्पून साखर
१ लिंबाचा रस
२'' आल्याचा तुकडा किसून
अर्धा टी स्पून प्रत्येकी जिरेपूड
धणेपूड
गरम मसाला
१ लाल मिरची
१ टी स्पून कसुरी मेथी
मीठ चवीला

बेरी कापून घ्याव्यात. लिंबाचा रस व कसुरी मेथी सोडून सर्व पदार्थ एकत्र करून शिजत ठेवावेत. साखर विरघळल्यावर त्यात कसुरी मेथी घालून आणखी एक उकळी आणावी. आचेवरून उतरवून लिंबाचा रस घालून चटणी सारखी करावी.

डाएटच्या चटण्या

जेव्हा वजन कमी करण्यासाठी पथ्य केले जाते तेव्हा खाण्यात तेल, तूप व गोड पदार्थ वर्ज्य असतात. अशा वेळी ठरावीक भाज्या, ठरावीक फळे तसेच वाफवलेले किंवा कच्चे पदार्थ खाण्यावर भर असतो. बहुतेक वेळा असे पदार्थ अगदीच सपक लागतात.त्यांना चविष्ट चटण्यांची जोड दिली तर ते पदार्थ खाण्यास नक्कीच मजा येईल.

नेहमीच्या चटण्यांमध्ये खोबरे, तीळ, शेंगदाणे असे डाएटला न चालणारे पदार्थ असतात. अशावेळी त्यांना पर्याय म्हणून डाएटला चालतील असे वेगळे पदार्थ वापरून चविष्ट चटण्या बनवता येतात.

पोह्याची चटणी

१ वाटी पोहे
१ वाटी कोथिंबीर
२ हिरव्या मिरच्या
लिंबाचा रस
मीठ चवीला

पोहे पाच मिनिटे धुवून ठेवावे. निथळल्यावर त्यात बाकीचे पदार्थ घालून मिक्सरमध्ये बारीक वाटावे. पोह्यांचा ओलसरपणा चटणी वाटायला पुरेसा होतो. वेगळे पाणी घालायची गरज नाही. या चटणीची कृती खोबऱ्याच्या हिरव्या चटणीसारखीच आहे. खोबरे डाएटला चालत नसल्यामुळे त्याच्याऐवजी पोहे हा डाएटला चालणारा पदार्थ वापरला आहे.

हिरवी चटणी

१ गड्डी कोथिंबीर
५ हिरव्या मिरच्या
थोडी पुदिन्याची पाने
चवीला काळे मीठ

सर्व पदार्थ थोडे पाणी घालून मिक्सरमध्ये बारीक वाटावे. उकडलेल्या भाज्यांवर किंवा सॅलडमध्ये ही हिरवी चटणी घातली असता त्याला छान चव येते.

कोबीची चटणी

कोबीचा तुकडा
४ लसूण पाकळ्या
अर्धी वाटी कोथिंबीर
२ हिरव्या मिरच्या
लिंबाचा रस
चवीला मीठ

कोबी किसून घ्यावा. साधारणपणे १ वाटी कीस घेऊन तो थोडा वेळ मिठाच्या पाण्यात भिजवून ठेवावा म्हणजे त्याचा उग्रपणा कमी होईल. किसातले पाणी निथळून काढावे व सर्व जिन्नस मिक्सरमध्ये घालून बारीक चटणी वाटावी.

कोबी डाएटला अतिशय उत्तम असल्यामुळे ही चटणी पोळी, खाकरा अशा पदार्थांबरोबर खाता येईल. कोबीच्या किसात लसूण, मिरच्या, कोथिंबीर यांचे वाटण कालवून कोशिंबीर म्हणूनही खाता येईल.

दह्याची चटणी

२ वाट्या साय काढलेल्या दुधाचे किंवा गायीच्या दुधाचे दही
३ हिरव्या मिरच्या
थोडी कोथिंबीर
४ लसूण पाकळ्या
मीठ

दह्याला पाणी सुटले असेल तर ते पाणी दही फडक्यात बांधून काढून टाकावे. मिरच्या, कोथिंबीर, लसूण व मीठ ठेचून घट्ट दह्यात कालवावे. पोळी अथवा डाएटच्या थालीपिठाबरोबर खाण्यास योग्य.

चुरमुऱ्याची चटणी

२ वाट्या चुरमुरे
१ मोठा चमचा डाळे
२ लसूण पाकळ्या
अर्धा चमचा लाल तिखट
चवीला मीठ

चुरमुरे जरासे गरम करून घ्यावे. गार झाल्यावर कुरकुरीत होतील. चुरमुरे, डाळे, लसूण, लाल तिखट व मीठ मिक्सरमध्ये घालून बारीक करावे. ही कोरडी चटणी कोणत्याही पदार्थावर घातली तरी पथ्य न मोडता पदार्थाला चव येईल.

इडलीची चटणी

१ वाटी इडलीचा भुगा
अर्धी वाटी कोथिंबीर
४ हिरव्या मिरच्या
चवीला मीठ व साखर

सर्व जिन्नस थोडे पाणी घालून मिक्सरमध्ये बारीक वाटावे. जरा घट्टसरच असलेली डाएटला चालणारी ही चटणी मस्त लागते.

दुधीची चटणी

१ कोवळा दुधी भोपळा
१'' आल्याचा तुकडा
अर्धी वाटी कोथिंबीर
४ हिरव्या मिरच्या
चवीला काळे मीठ

साल काढून दुधीचे तुकडे करून घ्यावे. कोवळा दुधी घेतल्यास बिया काढून टाकायची गरज नाही. साधारण २ वाट्या दुधीचे तुकडे चाळणीवर घालून किंचित वाफवून घ्यावेत. चाळणीवर असल्यामुळे त्याला सुटलेले पाणी निघून जाईल. पाणी राहिल्यास पिळून टाकावे म्हणजे चटणी पांचट होणार नाही. वाफवलेला दुधी, आले, कोथिंबीर मिरच्या व मीठ मिक्सरमध्ये घालून वाटावे.

कोबीप्रमाणेच दुधीदेखील डाएटसाठी चांगला असतो. त्यात अतिशय कमी कॅलरीज असल्यामुळे जास्त खाल्ला तरी चालू शकतो.

महाराष्ट्रातील चटण्या

महाराष्ट्रातले अस्सल गावरान जेवण म्हणजे ज्वारीची किंवा बाजरीची भाकरी व त्याबरोबर झुणका, ठेचा व चटणी असे तोंडी लावणे. बटाटा वडा व थालीपीठ हे खास महाराष्ट्रातले पदार्थदेखील चटणीशिवाय खाल्ले जात नाहीत. महाराष्ट्रातील निरनिराळ्या भागांत तिथे निघणाऱ्या पिकांनुसार खाण्याचे पदार्थ आणि चटण्या असून, त्या बनवण्याच्या पद्धती निरनिराळ्या आहेत. सोलापूर, कोल्हापूर, जळगाव, नागपूर इथल्या चटण्या अगदी झणझणीत असतात तर कोकणातल्या चटण्या अगदी वेगळ्या प्रकारच्या व वेगळ्या पदार्थांपासून बनवलेल्या असतात.

■ कोल्हापूर

कोल्हापूरजवळच्या संकेश्वर येथील मिरच्या प्रसिद्धच आहेत. त्या भागात मिरच्यांच्या जोडीने आले आणि हळद यांचे पीक काढले जाते. साहजिकच तिथे या पदार्थांच्या चटण्या केल्या जातात. नोव्हेंबर महिन्याच्या शेवटी बाजारात ओली हळद मिळायला लागते. त्या सुमारास ताज्या हळदीच्या चटण्या व लोणची बनवली जातात.

ओल्या दाण्याची चटणी

१ वाटी ओले शेंगदाणे
५ पाकळ्या लसूण
५ हिरव्या मिरच्या
व थोडी कोथिंबीर

सर्व जिन्नस एकत्र करून पाट्यावर बारीक वाटावेत. ओल्या शेंगदाण्याच्या वेगळ्या चवीमुळे या चटणीची फार छान चव मिळते.

ओल्या हळदीची चटणी

१०० ग्रॅम ओली हळद
१०० ग्रॅम आले
४ हिरव्या मिरच्या
१ चमचा मेथी दाणे
लिंबाचा रस
चवीला मीठ व साखर
फोडणीसाठी तेल, हिंग व मोहरी

हळद व आल्याचे साल काढून बारीक तुकडे करावेत. मेथी दाणे तळून कुटून घ्यावे. हळद, आल्याचे तुकडे, मेथीची पूड, मिरच्या, मीठ, साखर व लिंबाचा रस एकत्र करून मिक्सरमध्ये बारीक वाटावा. वाटलेल्या चटणीवर हिंग व मोहरीची फोडणी द्यावी.

ही चटणी जरा उग्र चवीची लागते; पण थंडीच्या दिवसांत या भागात ती मुद्दाम बनवली जाते.

कोल्हापुरी कांदा-लसूण चटणी

२ वाट्या लाल संकेश्वरी मिरच्या
अर्धी वाटी धणे
१ मोठा चमचा जिरे
२ मोठे चमचे किसलेले सुके खोबरे
अर्धा कप बारीक चिरलेली कोथिंबीर
२'' दालचिनीचा तुकडा
१ मोठा कांदा पातळ चिरून
६ लसूण पाकळ्या
१ चमचा तीळ
४ लवंगा
चवीला मीठ
थोडे तेल

कढईमध्ये धणे, जिरे, तीळ, लवंग व दालचिनी भाजून घ्यावी. सुके खोबरे तांबूस रंगावर भाजून घ्यावे. हे जिन्नस गार होण्यासाठी ताटात काढून ठेवावेत. गार झाल्यावर वाटून घ्यावेत. त्याच कढईमध्ये थोडे तेल घालून कांदा, लसूण आणि कोथिंबीर चांगली कुरकुरीत होईपर्यंत परतून घ्यावी.

त्याच तेलात मिरच्या परतून घेऊन गार झाल्यावर मिक्सरमध्ये वाटून घ्याव्या. त्यात वाटलेले धणे, जिरे, खोबरे, तिळाची पूड व मीठ घालावे व परत एकदा फिरवावे.

लाल मिरच्यांचा भरडा

२०-२५ लाल मिरच्या
१० पाकळ्या लसूण
अर्धी वाटी शेंगदाणे
चिंच, मीठ चवीला

मिरच्या डेख काढून गरम पाण्यात अर्धा तास भिजवून ठेवाव्यात. निथळून कोरड्या कराव्यात. लसूण, मिरच्या, शेंगदाणे, चिंच व मीठ पाट्यावर भरड ठेचून घ्यावे. ही चटणी मिरच्या, लसूण व शेंगदाणे तेलात परतून घेऊनदेखील केली जाते. दोन्ही प्रकारांत ती नावाप्रमाणे भरडच ठेवली जाते. हा भरडा ज्वारीच्या भाकरी बरोबर छान लागतो.

कोल्हापुरी कांदा-लसूण चटणी करताना पाळायच्या व टाळायच्या काही गोष्टी

- चटणीमधल्या सुक्या लाल मिरच्या भाजताना त्याच्या कडा किंचित काळपट होतील, अशा भाजाव्यात.
- कोरडे जिन्नस भाजायच्या आधी त्याला थोडे तेल चोळून घ्यावे.
- मसाले मध्यम आचेवर भाजावेत व भाजताना सतत ढवळावे.
- मसाले भाजले गेल्याचा छान वास येईपर्यंत ते भाजावे.
- मसाला व सुके खोबरे तपकिरी रंगावर भाजावे. काळे होऊ देऊ नये.
- या चटणीमध्ये लाल मिरच्यांऐवजी आपल्याला लागेल त्याप्रमाणे लाल तिखट घातले तरी चालते.
- कांदा, लसूण व कोथिंबीर हे ताजे पदार्थ कोरडे आणि कुरकुरीत होईपर्यंत परतावेत. त्यात थोडा जरी पाण्याचा अंश राहिला तर ही चटणी फार दिवस टिकणार नाही.
- सर्व पदार्थ पूर्ण गार झाल्यावर मगच मिक्सरमध्ये फिरवावेत.
- पदार्थ गार न करता मिक्सरमध्ये घातले तर त्याला दमटपणा येतो आणि चटणी मोकळी होत नाही.
- तयार चटणी ताटात पसरावी व चव बघून त्यात जरूर असेल तर मीठ व लाल तिखट मिसळावे.
- चटणी घट्ट झाकणाच्या बरणीत भरून ठेवावी.

या सर्व गोष्टी पाळून केलेली कांदा लसूण चटणी नक्कीच स्वादिष्ट होईल. या चटणीचा विशेष म्हणजे तिला काही लोक कांदा-लसूण मसाला असेदेखील म्हणतात. ही चटणी कोल्हापूर व आसपासच्या भागांत कांदा भजी, बटाटेवडा, वडापाव व मिसळ पाव अशा पदार्थांबरोबर खाल्ली जाते. ही चटणी मटणाचे वा चिकनचे पदार्थ तसेच भाज्या करताना देखील वापरली जाते. ती वापरण्याची पद्धत म्हणजे कढल्यात थोडे तेल गरम करून त्यात चमचाभर कांदा लसूण चटणी घालायची. चमच्याने हलवायचे व लगेच गॅसवरून उतरवून त्यात अर्धी वाटी पाणी घालायचे. हे तेल, चटणी व पाण्याचे मिश्रण तयार पदार्थावर घालायचे. कोल्हापुरी मटण व चिकनवर जो तेलाचा छानपैकी तवंग येतो तो त्यात अशा प्रकारे कांदा लसूण चटणी घातल्यामुळे!

■ महाबळेश्वर

थंडीच्या दिवसांत महाबळेश्वरला खूप नवलकोल मिळतात. लाल मुळे, मटार, वांगी, स्वीट कॉर्न, तुती, स्ट्रॉबेरी, मलबेरी या तर तिथे मिळणाऱ्या खास भाज्या व फळे. तिथे मिळणाऱ्या या सर्व भाज्या व फळांच्या आपली कल्पनाशक्ती वापरून महाबळेश्वरमधील आम्ही राहिलेल्या हॉटेलमधील आचारी अप्रतिम चवीच्या चटण्या बनवत असे. साबुदाण्याच्या खिचडीबरोबर दाण्याची दह्यातली चटणी, मटार पॅटिसबरोबर मटारची हिरवीगार चटणी, उपम्याबरोबर खोबऱ्याची पांढरी चटणी, इडली- डोशाबरोबर पालकची, टोमॅटोची व फुटाण्याची चटणी; तर ब्रेडला लावायला तुतीची आणि गाजराची आंबटगोड चटणी. सुटीला गेल्यामुळे आमची खवय्येगिरी तर चालू होतीच; पण लाल मुळ्याच्या कोवळ्या पानांची चटणी, पालक, मटार, स्वीट कॉर्न हे वेगवेगळे पदार्थ वापरून केलेल्या चटण्या जोडीला असल्यामुळे मूळ पदार्थांची मजा आणखीनच वाढत होती. हॉटेलमध्ये खाल्लेल्या त्या आगळ्यावेगळ्या चटण्या कशा केल्या होत्या ते बघूया.

गाजराची चटणी

१ कप केशरी गाजराचा कीस
१ मोठा चमचा आल्याचा कीस
१ चमचा चिली फ्लेक्स
मीठ व साखर चवीसाठी १ मोठा चमचा तेल हिंग

एका भांड्यात हिंग जिऱ्याची फोडणी करून त्यात गाजराचा व आल्याचा कीस टाकावा. झाकण ठेवून वाफ द्यावी. चिली फ्लेक्स, मीठ, साखर घालून गोळा होईपर्यंत परतावे.

नवलकोलची चटणी

२ कोवळे नवलकोल
२ हिरव्या मिरच्या
प्रत्येकी १ चमचा भिजवलेली
मुगाची डाळ, ओले खोबरे
चिरलेली कोथिंबीर, चवीला मीठ
साखर व लिंबाचा रस
फोडणीसाठी तेल, हळद
मोहरी व हिंग

नवलकोल साल काढून बारीक किसून घ्यावा. मिरच्या, कोथिंबीर, मुगाची डाळ, मीठ व साखर मिक्सरमध्ये भरड वाटून घ्यावे. एका भांड्यात फोडणी करून त्यावर नवलकोल टाकावा. जरा कोरडा झाला की गॅस बंद करून त्यात वाटलेले जिन्नस मिसळावे. गार झाल्यावर त्यात लिंबाचा रस घालावा.

फुटाण्याची चटणी

१ कप महाबळेश्वर फुटाणे
३ सुक्या मिरच्या
चवीला मीठ
साखर

फुटाण्याची साले काढून घ्यावी. सुक्या मिरच्यांचे तुकडे करून घ्यावेत.

सर्व जिन्नस एकत्र करून खलबत्त्यात कुटावेत. ही चटणी कोरडी खाल्ली जाते किंवा आयत्या वेळी त्यात पाणी घालून पातळ करून त्यावर हिंग, मोहरीची फोडणी दिली जाते. घाई गडबडीच्या वेळी ही चटणी दह्यात कालवून खाता येते.

वांगं आणि कसुरी मेथी चटणी

काटेरी वांगी ४ मध्यम आकाराची
१ कांदा, ४ हिरव्या मिरच्या
१ मोठा चमचा कसुरी मेथी
१ लहान चमचा धनेपूड
मीठ व साखर चवीला
तेल, मोहरी, हिंग व हळद

कांदा बारीक चिरून घ्यावा व वांग्याची साले काढून तुकडे करावेत.

एका भांड्यात हिंग, हळद व मोहरीची फोडणी करून त्यावर कांदा परतावा. नंतर त्यात वांग्याचे तुकडे घालून परतावे. थोडे पाणी घालून कांदा व वांगे शिजू द्यावे. शिजल्यावर त्यात मिरच्यांचे तुकडे, कसुरी मेथी, धनेपूड व मीठ साखर घालून कोरडे होईपर्यंत परतावे. गार झाल्यावर मिक्सरमध्ये बारीक वाटावे.

मटारची चटणी

अर्धा कप वाफवलेले मटार, अर्धा कप निवडलेली कोथिंबीर, ३ हिरव्या मिरच्या, ३ लसूण पाकळ्या, लहानसा आल्याचा तुकडा, मीठ, साखर व लिंबाचा, रस चवीप्रमाणे

सर्व पदार्थ एकत्र करून मिक्सरमध्ये बारीक वाटावे. मटारची चटणी पातळ हवी असल्यास त्यात पाणी घालून बारीक वाटावी व वरून फोडणी द्यावी.

■ वाईच्या वेगळ्या पद्धतीच्या चटण्या

महाबळेश्वरपासून पाऊण तासाच्या अंतरावर असलेले वाई हे गाव काही चटण्यांसाठी प्रसिद्ध नाही; पण तिथले लोक तिखट खाणारे असल्यामुळे त्यांच्या जेवणात दोन-चार प्रकारची डावीकडची तोंडी लावणी असतातच.

वाईच्या *शीला उंब्राणी* यांच्याकडून काही गमतीदार नावे असलेल्या चटण्यांच्या पद्धती कळल्या. नेहमीपेक्षा अगदी वेगळ्या प्रकारच्या या चटण्या म्हणजे किसवंती, मुळ्याच्या मिरच्या, ठेचलेली वांगी, फोडणीचे तिखट, बेसनाच्या मिरच्या व कढीपत्त्याचा खर्डा.

बेसनाची मिरची

१ वाटी हिरव्या मिरच्यांचे तुकडे
५-६ लसूण पाकळ्या
पाव वाटी बेसन
मीठ चवीला, १ मोठा चमचा तेल, मोहरी, हिंग व हळद

मोहरी, हिंग व हळद घालून तेलाची फोडणी करावी. त्यावर मिरच्यांचे तुकडे व लसूण टाकावा. मिरच्या उधसल्या की बेसन व मीठ घालून परतावे. गार झाल्यावर पाट्यावर एक घसारा मारावा.

ठेचलेली वांगी

४-५ लहान वांगी, ५ हिरव्या मिरच्या, १ कांदा, ४ लसूण पाकळ्या, चिंचेचे बुटुक, कोथिंबीर चवीसाठी मीठ

कोळशाच्या निखाऱ्यावर वांगी, कांदा व लसूण सालासकट भाजून घ्यावे. मिरच्या भाजून घ्याव्या. गार झाल्यावर त्यांचे साल काढावे. वांगी, मिरच्या, चिंच, कांदा, लसूण व मीठ पाट्यावर ठेचून घ्यावे. तयार मिश्रणात कोथिंबीर घालून कालवावे.

किसवंती

१ वाटी किसलेली कैरी
अर्धी वाटी चिरलेला गूळ
पाव वाटी शेंगदाण्याचे भरड कूट
१ मोठा चमचा लाल तिखट
चवीला मीठ, पाव वाटी तेल
मोहरी, हिंग जिरे व हळद

किसलेल्या कैरीतले पाणी पिळून त्यात गूळ घालून कालवावे. गूळ विरघळला की दाण्याचे कूट, लाल तिखट व मीठ घालावे. तेलाची खमंग फोडणी घालून सारखे करावे.

मुळ्याच्या मिरच्या

१ वाटी किसलेला मुळा
१० हिरव्या मिरच्या
पाव वाटी शेंगदाण्याचे कूट
थोडी चिरलेली कोथिंबीर
मीठ व साखर चवीला
१ मोठा चमचा तेल, मोहरी
व हिंग फोडणीसाठी

एका पातेल्यात हिंग व मोहरीची फोडणी करून त्यावर मुळ्याचा कीस परतून घ्यावा. मिरच्या बारीक ठेचून शिजत्या मुळयावर टाकाव्यात. मिरची परतताना तिचा वास नाकात गेला की गॅसवरून उतरवावे व शेंगदाण्याचे कूट व चिरलेली कोथिंबीर घालून कालवावे.

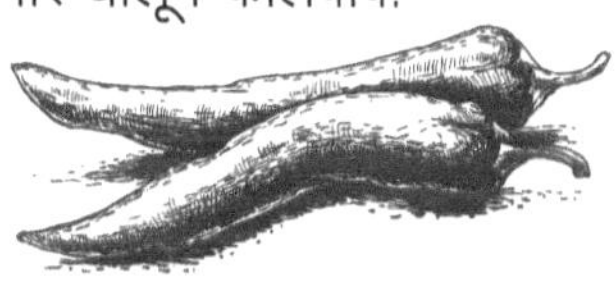

कढीपत्त्याचा खर्डा

२ वाट्या कढीपत्ता
१५ हिरव्या मिरच्या
अर्धी वाटी भाजलेले तीळ
चवीला मीठ व साखर
१ चमचा तेल

कढईमध्ये तेलावर कढीपत्ता कुरकुरीत होईपर्यंत परतून घ्यावा. थोड्या तेलात मिरच्या परताव्यात व मीठ घालून त्यांचा खर्डा करावा. तीळ तांबूस रंगावर भाजून घ्यावे. कढीपत्ता गार झाला की हाताने कुस्करून बारीक करावा व त्यात मिरचीचा खर्डा आणि तीळ घालून कालवावे. तयार चटणीने कढईत राहिलेले तेल पुसून घ्यावे.

फोडणीचे तिखट

१ मोठा चमचा लाल तिखट
१ मोठा चमचा शेंगदाण्याचे कूट
थोडी कोथिंबीर, मीठ, १ मोठा चमचा तेल, जिरे आणि मोहरी

तेलाची जिर, मोहरी घालून फोडणी करावी. फोडणी गार झाली की त्यात लाल तिखट, शेंगदाण्याचे कूट व मीठ घालून कालवून कोथिंबीर घालावी.

■ कोकण

काजू, फणस, नारळ, तांदूळ, मुबलक मिळत असल्याने त्यापासून बनवलेले गोड व तिखट कोकणी पदार्थ एकदम वेगळे आणि लाजवाब! पावसाळ्याच्या दिवसांत ताजे मासे मिळत नाहीत, मग ते सुकवलेले मासे किंवा माशांच्या चटण्या खातात. *सुजाता माळी* यांनी सांगितलेले काही कोकणी चटण्या.

अळूच्या पानांची चटणी

३ अळूची पाने मध्यम आकाराची
खवलेला अर्धा नारळ
१० लसूण पाकळ्या
३ लाल मिरच्या
१ चमचा बारीक चिरलेली कोथिंबीर
चिंचेचे बुटुक, अर्धा चमचा जिरेपूड
मीठ व गूळ चवीला
चमचाभर तेल, हिंग व मोहरी

अळूची पाने शिरा काढून बारीक चिरून घ्यावी. तेलाची फोडणी करून त्यात अळूची पाने व लसूण परतून घ्यावे. पाणी घालून मऊ शिजवून घेतल्यावर खोबरे, मिरच्या, कोथिंबीर, चिंच, जिरेपूड, गूळ व मीठ हे सर्व पदार्थ पाट्यावर बारीक वाटावेत. ही चटणी घट्ट व पातळ अशा दोन्ही प्रकारांनी करता येते.

आठळ्यांची चटणी

१० ते १२ उकडलेल्या आठळ्या, अर्धी वाटी खोबरे, ४ हिरव्या मिरच्या, थोडी कोथिंबीर, १ आमसूल, मीठ व साखर, फोडणीसाठी चमचाभर तेल, १ लाल मिरची व जिरे

आठळ्या सोलून, ठेचून घ्याव्या. ठेचलेल्या आठळ्या, खोबरे, मिरच्या, कोथिंबीर, आमसूल व मीठ, साखर थोडे पाणी घालून पाट्यावर बारीक वाटावे. जिरे व लाल मिरचीची फोडणी करून वाटलेल्या चटणीवर घालावी.

भुरका

अर्धी वाटी जाड पोहे
१ उडदाचा पापड
४ लसूण पाकळ्या
२ चमचे शेंगदाण्याचे कूट
१ चमचा लाल तिखट
चवीला मीठ
तळणीसाठी तेल

पापड तळून तो जाडसर कुस्करून घ्यावा. लसणीचे बारीक तुकडे करून घ्यावेत. लसणीचे तुकडे व पोहे वेगवेगळे तळून घ्यावेत व एका ताटात काढावेत. त्यात दाण्याचे कूट, लाल तिखट, मीठ व पापडाचे तुकडे घालून हलक्या हाताने कालवावे म्हणजे पोहे मोडणार नाहीत.

आंबोशीची चटणी

वाटीभर आंबोशीची पाने
खवलेला अर्धा नारळ
१० पाकळ्या लसूण
३ लाल मिरच्या
१ चमचा बारीक चिरलेली कोथिंबीर
अर्धा चमचा जिरेपूड
मीठ व गूळ चवीला
चमचाभर तेल, हिंग व मोहरी

सर्व पदार्थ पाट्यावर घालून चटणी वाटावी. वरून हिंग व मोहरीची फोडणी घालून सारखी करावी.

आंबोशीची चटणी ही आळवाच्या पानांच्या चटणीसारखीच करतात. फक्त आंबोशी न शिजवता कच्चीच वापरली जाते. ती आंबट असल्यामुळे त्या चटणीमध्ये चिंच घातली जात नाही.

सुकटची चटणी

१ वाटी सुकट
१ वाटी सुके खोबरे
१०-१२ लसूण पाकळ्या
१ चमचा लाल तिखट
चिंचेचे बुटुक
मीठ व थोडे तेल

तेलावर सुकट परतून घ्यावे. सुके खोबरे व लसूण लालसर रंगावर परतून घ्यावे. खलबत्त्यात खोबरे, लसूण, चिंच, लाल तिखट व मीठ जाडसर कुटून घ्यावे. सुकट हलक्या हाताने वेगळे कुटून घ्यावे. कुटलेल्या चटणीत मिसळावे. ही चटणी बहुतेक कोकणी घरात रोजच्या जेवणात खाल्ली जाते.

प्रॉन्सची चटणी

१ वाटी प्रॉन्स
२'' तुकडा आंबोशी (वाळवलेला कैरीचा कीस) कुटून, ८ पाकळ्या लसूण बारीक चिरून, १ कांदा बारीक चिरून, १ चमचा लाल तिखट, अर्धी वाटी खवलेला नारळ
मीठ चवीला, १ चमचा तेल
१ चमचा डाळीचे पीठ
अर्धी वाटी चिरलेली कोथिंबीर

साफ केलेले प्रॉन्स व लसूण तेलात मंद आचेवर परतावेत. मऊ होईपर्यंत शिजवावे. गार झाल्यावर वरवंट्याने ठेचून घ्यावे. त्याच तेलात डाळीचे पीठ खमंग भाजून घ्यावे. एका वाडग्यात नारळ, कांदा, कोथिंबीर, लाल तिखट, मीठ, आंबोशी व डाळीचे पीठ एकत्र करावे. ठेचलेले प्रॉन्स व लसूण घालून मिश्रण एकसारखे करावे.

माशाची चटणी

कोणत्याही माशाचा शिजवलेला तुकडा
२ आमसुले
६ पाकळ्या लसूण
अर्धा कांदा बारीक चिरून
अर्धी वाटी किसलेले सुके खोबरे
१ मोठा चमचा लाल तिखट
मीठ चवीला, २ चमचे तेल, हळद हिंग व मोहरी

मासा साफ करून त्याला मीठ व हळद लावून तासभर ठेवावे. मोहरीची फोडणी करून त्यात कांदा व लसूण परतावे. त्यात मासा घालून वाफेवर शिजवावा. गार झाल्यावर मासा बाहेर काढून त्यातले काटे काढावेत व त्यात आमसूल, लाल तिखट व मीठ घालून कालवावे. उरलेल्या तेलात खोबरे लालसर परतून घ्यावे. हाताने कुस्करून माशाच्या मिश्रणात घालावे.

■ खानदेश

खानदेशी पदार्थ म्हटले, की मसालेदार, तिखट आणि तेलकट हे समीकरण ठरलेलेच आहे. या पदार्थांचे दुसरे वैशिष्ट्य म्हणजे ते कमीत कमी आणि नेहमी मिळणारे पदार्थ वापरून बनवलेले असतात. असे असले तरीसुद्धा ते पदार्थ अतिशय चविष्ट असतात.

निस्त्याची चटणी ही मात्र खास खानदेशी चटणी. निस्ता हा काही पदार्थ नाही तर खानदेशी बोली भाषा जरा वेगळी असल्यामुळे त्यानुसार निसत्या-नुसत्या

म्हणजे नेहमी घरी असणाऱ्या पदार्थांची चटणी ती निस्त्याची चटणी असे आहे.

शाकाहारी असो वा मांसाहारी; खानदेशी पदार्थ खावेत तर ते *कालिंदीताई चौधरी* हातचे. त्यांनी खानदेशी चटण्यांबद्दलची ही सगळी माहिती व त्यांच्या काही खास चटण्यांची कृती दिल्या.

खानदेशी दाणा चटणी

१ वाटी भाजलेले शेंगदाणे
५-६ सुक्या मिरच्या
८ लसूण पाकळ्या
चमचाभर जिरे, मीठ

सर्व पदार्थ एकत्र करून मिक्सरमध्ये बारीक करावेत. ही चटणी कोरडी असते. खाताना त्यावर तेल घालून किंवा ती तेलात कालवून खाल्ली जाते.

निस्त्याची चटणी

८/१० मद्रास सपाटा मिरची किंवा तिखट लाल मिरच्या
मोठ्या सुपारी एवढा गूळ, दोन बुट्टक चिंच, ८ पाकळ्या लसूण, चवीला मीठ, ४ मोठे चमचे तेल

मिरच्यांचे डेख काढून त्या तेलावर परतून घ्याव्या. परतलेल्या मिरच्या, चिंच, गूळ, लसूण व मीठ पाणी घालून मिक्सरमध्ये बारीक वाटावेत. चटणी भांड्यात काढून आपल्याला हवी तेवढी पातळ करावी. उरलेल्या तेलाची हिंग, हळद व मोहरीची गरम फोडणी करावी व चटणीवर घालून कालवावी.

काही घरांत निस्त्याच्या चटणीत कांदा व कोथिंबीर घालतात. अशावेळी कांदा तेलावर चांगला परतून घ्यावा लागतो. परतलेला कांदा व कोथिंबीर इतर पदार्थांबरोबर वाटला जातो.

पापडाचा खुडा

५ बिबडे म्हणजे ज्वारीचे पापड
२ मोठे चमचे दाण्याची चटणी
१ चमचा तेल

बिबडे भाजून घ्यावेत. गार झाल्यावर कुस्करावेत. त्यात दाण्याची चटणी व मीठ घालून कालवावे. खुडा करताना हे पापड तळायचे नाहीत, तसेच त्यांचा फार बारीक चुरा करायचा नाही.

हिरवी चटणी (शेंगदाण्याची)

१ कप कच्चे शेंगदाणे
८ हिरव्या मिरच्या, ८ पाकळ्या लसूण, २ कप कोथिंबीर
चवीला मीठ, फोडणीसाठी ३ मोठे चमचे तेल जिरे, हिंग व मोहरी

शेंगदाणे, मिरच्या, लसूण, आले, कोथिंबीर, मीठपाणी घालून मिक्सरमध्ये बारीक वाटावे. त्यावर जिरे, हिंग व मोहरी घातलेली फोडणी घालावी.

खानदेशी झटका

अर्धी वाटी सुके खोबरे
२० लाल मिरच्या, २० लसूण पाकळ्या
लिंबाएवढी चिंच
१ मोठा चमचा तेल, चवीला मीठ

खोबऱ्याची वाटी किसून घ्यावी. मिरच्यांचे डेख काढून तुकडे करावेत. लसूण सोलून घ्यावा. चिंचेतल्या शिरा व चिंचोके काढून टाकावेत. कढईमध्ये तेल घालून लसूण लालसर परतून घ्यावा. मिरच्यांचे तुकडे परतावेत. उरलेल्या तेलात खोबरे तांबूस होईपर्यंत मंद आचेवर परतावे. सर्व जिन्नस गार झाले की मीठ व चिंच घालून खलबत्त्यात कुटावे. ही चटणी कुटताना मिरच्यांचा खाट आला पाहिजे म्हणजे तिला नावाप्रमाणे खानदेशी झटका म्हणता येईल.

लसणीचे तिखट

१ मोठा गड्डा लसूण
सुक्या खोबऱ्याची १ वाटी
२ मोठे चमचे लाल मिरच्या
चिमूटभर जिरेपूड, मीठ

लसूण सोलून घ्यावा. खोबऱ्याचे तुकडे करून घ्यावेत. खलबत्त्यात लसूण, खोबरे, लाल तिखट, जिरे पावडर व मीठ एकत्र करून भरड कुटावे. रस्सा भाजी करताना त्याला दाटपणा व चव येण्यासाठी वापरतात.

■ सोलापूर

महाराष्ट्रातील सर्वच भागांत स्वयंपाकामध्ये शेंगदाण्याचा खूप वापर केला जातो.

सोलापुरी दाणा चटणीचे वेगळेपण म्हणजे –

- शेंगदाण्यांनाची वेगळी आणि खास चव असते.
- सोलापूर चटणी मिक्सरमध्ये न करता खलबत्त्यात कुटली जाते
- सोलापूर चटणीसाठी दाणे भाजण्याऐवजी तळून घेतात.
- दाणे तळले नाहीत तरी भाजलेले दाणे हळुवारपणे बराच वेळ कुटले तर त्यांना तेल सुटते.
- सोलापूर दाणा चटणी भरड असते.

शेंगदाणा चटणी

प्रकार १

१ वाटी शेंगदाणे
५-६ लसूण पाकळ्या
२ चमचे लाल तिखट
चिमूटभर जिरे
चवीला मीठ व साखर

कढईमध्ये शेंगदाणे खमंग भाजून घ्यावेत. गार झाल्यावर साल काढून टाकावी. भाजलेले शेंगदाणे, लसूण, मीठ, साखर व जिरे खलबत्त्यात घालून जाडसर कुटावे.

प्रकार २

१ वाटी तळून सोललेले शेंगदाणे
८ लसूण पाकळ्या
८ लाल मिरच्या
चिमूटभर जिरे
१ चमचा सुके खोबरे
चवीला मीठ
व साखर

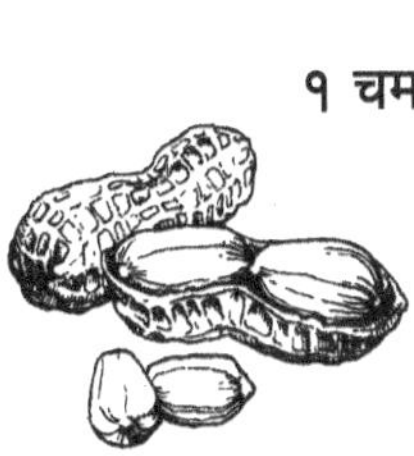

भाजलेले शेंगदाणे, लसूण, लाल मिरच्या, खोबरे मीठ, साखर व जिरे खलबत्त्यात घालून जाडसर कुटावे. चटणी शक्यतो मिक्सरमध्ये करू नये. कारण त्यात चटणीचा कोरडा भगरा होतो. कुटलेल्या चटणीतील दाण्यांना कुटता कुटता तेल सुटते व त्यामुळे चटणी भरड आणि ओलसर होते.

सोलापुरी चटणी कशी खाल्ली जाते?

- ज्वारीच्या किंवा बाजरीच्या भाकरीबरोबर खायची असेल, तर दाणा चटणी व त्यासोबत कापलेला कांदा दिला जातो.
- ओली चटणी बनवायची असेल तर दाणा चटणी थोड्याशा पाण्यात कालवली जाते.
- ओली चटणी करताना ती दह्यात कालवून घेतली असता भाकरीबरोबर खाता येते.
- उपमा, पोहे, मुगाची खिचडी अशा पदार्थांवर घालता येते.
- दहीभात कालवताना त्यात थोडी दाणा चटणी घातली तर भाताला मस्त चव येते.
- थालीपिठाबरोबर खायची असेल तर दाणा चटणी व त्यासोबत लोण्याचा गोळा दिला जातो.
- वडापाव करताना पावाला दाणा चटणी लावून त्यावर वडा ठेवला जातो.
- काकडीची कोशिंबीर करताना दाण्याच्या कुटाऐवजी वापरता येते.
- ब्रेडला लावायची असेल तर लोण्यात कालवून लावता येते.
- चटणीचा रोल करायचा असेल तर पोळीला तूप लावून त्यावर चटणी पसरून पोळी गुंडाळली जाते.
- भाजीला पाणी सुटले असेल तर थोडी दाणा चटणी घालून एक उकळी आणली तर भाजी आळते.
- मसालेभात करताना त्यात मसाल्याबरोबर थोडी दाणा चटणी टाकली तर भाताला छान चव येते.

खानदेशी लसणीचे तिखट कसे वापरले जाते?

- खानदेशी स्वयंपाकात लाल तिखटाचा म्हणजे मिरची पावडरचा वापर फार कमी करतात. त्याऐवजी पदार्थाला तिखटपणा देण्यासाठी लाल मिरच्या किंवा लसणीचे तिखट वापरले जाते.
- चिकन किंवा मटण रस्सा करताना त्यात तेलात परतलेले लसणीचे तिखट घातले जाते.
- लसणीच्या तिखटात दही व चिरलेली कोथिंबीर घालून चटणी बनवली जाते.

भारतातील विविध प्रांतांत खाल्ल्या जाणाऱ्या चटण्या

भारतातील जवळपास प्रत्येक प्रांतात निरनिराळ्या प्रकारच्या चटण्या बनवल्या जातात. फक्त करण्याच्या पद्धतीत आणि त्यात घालण्याच्या पदार्थांत थोडाफार फरक असतो.

दक्षिण भारतात जास्त करून खोबऱ्याची चटणी खाल्ली जाते व त्यावर कढीपत्ता, डाळ व लाल मिरचीचा तडका दिला जातो. पश्चिम भारतात वेगवेगळ्या वनौषधी वापरून खोबऱ्याच्या व शेंगदाण्याच्या चटण्या केल्या जातात; तर उत्तर भारतात फक्त कोथिंबीर, पुदिना, आले अशा वनौषधींच्या चटण्या केल्या जातात. पूर्वेकडील प्रांतात विशेषत: बंगालमध्ये ताजी किंवा सुकवलेली फळे वापरून गोडसर चवीच्या चटण्या केल्या जातात.

टोमॅटो, कैरी, कांदा, लसूण, शेंगदाणे आणि खोबरे यांच्या चटण्या मात्र सगळीकडे केल्या जातात. वेगवेगळ्या प्रकारांनी केलेल्या या चटण्या केरळपासून काश्मीरपर्यंत आणि गुजरातपासून पश्चिम बंगालपर्यंत सर्व प्रांतांत आवडीने खाल्ल्या जातात.

▪ राजस्थान

रखरखीत आणि वाळवंटी प्रदेश, उष्ण हवामान आणि युद्धाची पार्श्वभूमी असलेल्या राजस्थानची खाद्यसंस्कृती या सगळ्या गोष्टी लक्षात घेऊनच बनली आहे. पूर्वीच्या काळी युद्धामुळे टिकाऊ, तसेच परत गरम करायला लागू नयेत असे खाद्यपदार्थ बनवले जात असत.

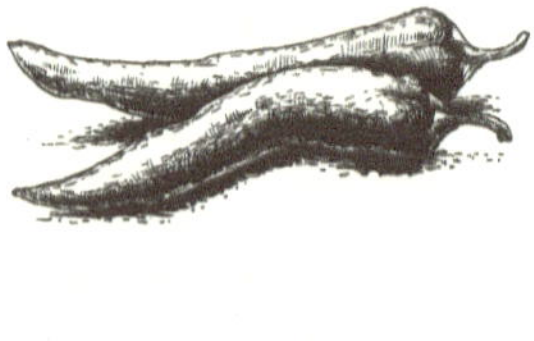

कचरीची चटणी

अर्धा किलो कचरी
२०० ग्रॅम तेल
२ मोठे चमचे लाल तिखट
२ लहान चमचे हळद
१ चमचा जिरे, २ चमचे कुटलेली बडीशेप, १ कांदा, १ मोठा चमचा वाटलेला लसूण, २ मोठे चमचे दही
मीठ चवीला

कढईमध्ये तेल घालून त्यात जिरे व बडीशेप घालून परतावे. त्यात बारीक चिरलेला कांदा व लसूण घालून तांबूस रंगावर परतावे. उरलेले सगळे पदार्थ घालून चांगले ढवळावे व तेल सुटेपर्यंत परतावे. गार झाल्यावर बरणीत भरावे. कचरी हे एक वाळवंटी प्रदेशातले फळ असून, ते काहीसे रानटी काकडीसारखे दिसते.

बेसन चटणी

पाव वाटी बेसन
पाव कप आंबट ताक
२ हिरव्या मिरच्या
१ मोठा चमचा किसलेले आले
२ मोठे चमचे चिरलेली कोथिंबीर
१ मोठा चमचा तेल
हिंग आणि हळद
चवीला मीठ
व लागेल तसे पाणी

बेसन ताकात कालवून घ्यावे. मिरच्या व आले बारीक वाटून ते ताकात घालावे. तेल तापवून त्यात हिंग, मोहरी व हळद घालावे. मोहरी तडतडली, की त्यात ताकाचे मिश्रण घालावे व सतत ढवळत राहावे. लागेल त्याप्रमाणे पाणी घालावे. बेसन शिजून चटणी घट्ट झाली की मीठ व कोथिंबीर घालून ढवळावे व खाली उतरवावे. काही प्रकारांत ठेचलेला लसूण व ताकाऐवजी टोमॅटोचा रस वापरतात.

पापड की चूरी

२ मोठे बिकानेरी पापड, १ लहान कांदा बारीक चिरून, १ चमचा लाल तिखट, १ मोठा चमचा प्रत्येकी चिरलेली कोथिंबीर व बारीक शेव, चवीला मीठ, अर्धा चमचा तूप

पापड भाजून त्यांचा चुरा करावा. कांद्यातले पाणी पिळून त्यात तिखट, मीठ व कोथिंबीर घालावी. खाण्याच्या वेळी पापडाचा चुरा व शेव घालून एकत्र करावे व वरून तूप घालावे.

गाठी, पापडी व शेवेची चटणी

२ वाट्या गाठी
पापडीचा चुरा व शेव
१० पाकळ्या लसूण
१ चमचा लाल तिखट
आमचूर, मीठ व साखर चवीला

गाठी, पापडीचा चुरा, शेव, लसूण, लाल तिखट, आमचूर, मीठ व साखर मिक्सरमध्ये बारीक करावी. जेवताना चटणीमध्ये खड्डा करून त्यात तूप घालून खावे. याच पद्धतीने तळलेल्या पापडांचीदेखील चटणी बनवली जाते.

आम के पापड की चटणी

२ आम के पापड
१ वाटी कोथिंबीर
५ हिरव्या मिरच्या
२'' आल्याचा तुकडा
मीठ व साखर

राजस्थानमध्ये कैरी किसून त्यात मीठ घालून त्याच्या चपट्या वड्या थापतात व त्या उन्हात वाळवल्या जातात. याला आम का पापड म्हटले जाते.

आम के पापड अर्धा तास पाण्यात भिजत घालावेत. मऊ झाले, की पाण्यातून काढावे. कोथिंबीर, मिरच्या, आले, मीठ, साखर व आम के पापड मिक्सरमध्ये घालून बारीक वाटावे.

या चटणीमध्ये पाणी पिळून टाकलेला कांदा घालतात. कोथिंबीर नसेल तर धणे पावडर व हिरव्या मिरच्यांऐवजी सुक्या लाल मिरच्या घातल्या जातात; तसेच तयार चटणीवर फोडणी घातली जाते.

लसूण व पुदिना चटणी

१५ लसूण पाकळ्या
१ जुडी पुदिना, १'' आले
३ हिरव्या मिरच्या
१ लहान चमचा तेल
१ वाटी दही
थोडी जिरेपूड
चवीला काळे मीठ, आमचूर

लसूण लालसर होईपर्यंत तेलात परतून घ्यावा. मिक्सरमध्ये पुदिना, मिरच्या, आले, मीठ व लसूण बारीक वाटून घ्यावे. त्यात दही घालून परत एकदा वाटावे. लागेल त्याप्रमाणे पाणी घालावे. तयार चटणी गाळण्यावर गाळून घ्यावी. ही चटणी पातळ असते व ती थंडगार असते.

राजस्थानी लसूण चटणी

(प्रकार १)

२ गड्डे लसूण
२ चमचे लाल तिखट
२ चमचे धणे पावडर
अर्धा चमचा प्रत्येकी जिरे व हळद
अर्धी वाटी तेल, चवीला मीठ

सोललेला लसूण, तिखट, धणे पावडर व मीठ घालून बारीक वाटावे. कढईमध्ये तेल तापवून त्यात जिरे व हळद घालावी. त्यात वाटलेली चटणी घालून तेल सुटेपर्यंत परतावे.

(प्रकार २)

२० लसूण पाकळ्या
१ मध्यम कांदा
५ सुक्या लाल मिरच्या
१ चिंचेचे बुटुक
काळे मीठ
१ चमचा तिळाचे तेल
मोहरी

सुक्या मिरच्या १० मिनिटे पाण्यात भिजवून ठेवाव्यी. तेलात लसूण, कांदा व मिरच्या परतून घ्याव्या. गार झाल्यावर मीठ, चिंच घालून बारीक वाटावे. त्या भांड्यात शिल्लक राहिलेले तेल तापवून त्यात मोहरी घालावी. ती तडतडल्यावर गॅस बंद करावा व त्यावर वाटलेला गोळा घालून नीट कालवावे. तयार चटणी भांड्यात काढून ठेवावी.

▪ तामिळनाडू

तामिळनाडूमध्ये मिळणारे छोटेछोटे कांदे मद्रास कांदे म्हणूनच ओळखले जातात. या कांद्यांना विशिष्ट चव आणि स्वाद असतो, त्यामुळे सांबारमध्ये इडली-डोशांबरोबर दिल्या जाणाऱ्या विविध प्रकारच्या चटण्यांमध्येदेखील मद्रास कांदे घातले जातात. तिथे मिळणारी कच्ची केळी, कोहळा अशा भाज्यांच्यादेखील चविष्ट चटण्या बनवल्या जातात.

कोहळ्याची चटणी

१ वाटी कोहळ्याचे तुकडे
पाव वाटी ओले खोबरे
४ लाल मिरच्या
थोडी चिंच व मीठ चवीला
१ मोठा चमचा चण्याची डाळ
तेल, मोहरी, हिंग

एका भांड्यात थोडे तेल घालून चणा डाळ व मिरच्या परतून बाजूला काढावे. थोड्या तेलावर कोहळा परतावा व पाणी शिंपडून शिजवून घ्यावा. मिक्सरमध्ये कोहळा, खोबरे, चणाडाळ, लाल मिरच्या, चिंच व मीठ घालून बारीक वाटून घ्यावे. तयार चटणीवर उरलेली लाल मिरची, हिंग व मोहरीची फोडणी द्यावी.

कांद्याची चटणी

(प्रकार १)

१५-२० मद्रास कांदे
१० लाल मिरच्या
१ टोमॅटो
मीठ चवीला
१ कप तेल
१ चमचा उडदाची डाळ
कढीपत्ता, मोहरी

थोड्या तेलात कांदे, लाल मिरच्या व चिरलेला टोमॅटो घालून परतून घ्यावे. गार झाल्यावर पाणी न घालता बारीक वाटावे. उरलेल्या तेलात उडदाची डाळ, मोहरी व कढीपत्त्याची फोडणी करून त्यावर वाटलेली चटणी घालावी व तेल सुटेपर्यंत परतावी.

(प्रकार २)

१५ मद्रास कांदे
५ पाकळ्या लसूण
चिंचेचे एक बुटुक, अर्धी वाटी ओले खोबरे, २ लाल मिरच्या, मीठ चवीला, फोडणीसाठी तेल, कढीपत्ता, हिंग व मोहरी

कांदे व लसूण वाफवून घ्यावे. वाफवलेला कांदा, लसूण, ओले खोबरे, चिंच, कढीपत्ता व मीठ मिक्सरमध्ये बारीक वाटावे. तयार चटणीवर कढीपत्ता, हिंग व मोहरीची फोडणी द्यावी.

कच्च्या केळ्याची चटणी

२ कच्ची केळी
२ हिरव्या मिरच्या
१ मोठा चमचा कच्चे शेंगदाणे
अर्धी वाटी दही
चवीला मीठ, तेल, १ सुकी मिरची
हिंग व मोहरी फोडणीसाठी
थोडी कोथिंबीर बारीक चिरून

केळ्याचे तुकडे करून प्रेशर कुकरमध्ये शिजवून घ्यावे. गार झाल्यावर सालें काढावीत व हिरव्या मिरच्या, शेंगदाणे व मीठ घालून मिक्सरमध्ये वाटावेत. दही घालून परत एकदा वाटावे. बारीक चिरलेली कोथिंबीर मिसळा सुकी मिरची, हिंग व मोहरीची फोडणी द्यावी.

कढीपत्त्याची चटणी

१ वाटी कढीपत्ता
१ वाटी किसलेले सुके खोबरे
अर्धा कप हरभरा डाळ, ५ ते ६ सुक्या लाल मिरच्या, अर्धा चमचा हिंग, आंबटपणासाठी थोडी चिंच व चवीला मीठ, १ मोठा चमचा तेल

तेलावर कढीपत्ता, खोबरे व हरभरा डाळ वेगवेगळी भाजून घ्यावी. त्याच तेलात हिंग टाकावा व त्यावर लाल मिरच्या परतून घ्याव्यात. भाजलेले जिन्नस टाकून थोडे परतावे. मिश्रण गार झाले की चिंच व मीठ घालून मिक्सरमध्ये वाटावे. कढीपत्त्याची ही कोरडी चटणी आठ-दहा दिवस चांगली टिकते.

■ काश्मीर

वाझवान म्हणजे ३६ प्रकारांचे पदार्थ असलेले पारंपरिक काश्मिरी जेवण. हे जेवण बनवणारे खास आचारी 'वाझा' म्हणून ओळखले जातात. वाझवानमध्ये अनेक मांसाहारी पदार्थ, नेहमीच्या भाज्यांबरोबर आरवी, मशरूम, कमळाचे देठ अशा वेगळ्या भाज्या, भात, रोटी व चटण्या लोणची यांचे खास प्रकार असतात. उपलब्ध असलेल्या सर्व फळांची, भाज्यांची व सुक्या मेव्याची लोणची व चटण्या ही काश्मिरची खासियत आहे. या सर्व पदार्थांत काश्मिरी लाल मिरच्या, सुंठ, बडिशेप आणि इतर मसाल्यांच्या जोडीने भरपूर दही घातले जाते, त्यामुळे त्यांना खास चव मिळते.

कांद्याची चटणी

२ कांदे
१ लिंबाचा रस
२ काश्मिरी लाल मिरच्या
कोथिंबीर
पुदिना
व चवीला मीठ

कांदे बारीक चिरून त्यातले पाणी पिळून घ्यावे. मिरचीचे पातळ उभे तुकडे करावेत. कांदा, मिरच्याचे तुकडे, मीठ, लिंबाचा रस, बारीक चिरलेली कोथिंबीर व पुदिना घालून एकत्र कालवावे.

मुळ्याची चटणी

१ कप जाडसर किसलेला पांढरा मुळा, १ चमचा अक्रोडाचे कूट
२ हिरव्या मिरच्या बारीक चिरून
कोथिंबीर
चिमूटभर सुंठ
जिरे
थोडे मोहरीचे तेल
व १ कप घट्ट दही

तेल तापवून त्यात जिरे आणि हिंग घालावे. जिरे तडतडल्यावर त्यात किसलेला मुळा व मिरच्या घालून परतावे. मीठ व सुंठ घालून मुळ्यातला पाण्याचा अंश जाईपर्यंत परतावे. गार झाल्यावर त्यावर अक्रोडाचा चुरा आणि कोथिंबीर घालावी. दही चांगले फेटून घ्यावे व त्यात मुळ्याचे मिश्रण कालवावे.

अक्रोडाची चटणी

अर्धा कप भरड कुटलेले अक्रोड
१ कप घट्ट दही
थोडा बारीक चिरलेला पुदिना
मीठ
साखर
तूप व जिरे फोडणीसाठी

दह्यामध्ये पुदिना, मीठ व साखर घालून फेटावे. त्यात अक्रोड घालावेत व वरून तूप जिऱ्याची फोडणी द्यावी.

सुका मेवा व सफरचंदाची चटणी

२ सफरचंद
१ कप साखर
चिमूटभर दालचिनी पावडर
वेलची पावडर व सुंठ
केशराच्या १०-१२ काड्या
१ मोठा चमचा लाल तिखट
१० बदाम, २० बेदाणे
चवीला मीठ

केशराच्या काड्या कोमट पाण्यात भिजवून ठेवाव्यात. बदामाचे साल काढून त्याचे काप करावेत. सफरचंदांची साले काढून बारीक तुकडे करावेत.

एका पातेल्यात अर्धा कप पाणी घेऊन त्यात सफरचंदाचे तुकडे, सुंठ आणि दालचिनी पावडर घालून मंद आचेवर शिजवावे. कोरडे झाले की त्यात साखर व उरलेले सर्व जिन्नस घालून मिश्रण घट्टसर होईपर्यंत शिजवावे. पातळ करायचे असेल तर त्यात थोडा व्हिनिगर घाला.

▪ बंगाल

बंगाली चटण्या गोडसर किंवा आंबटगोड चवीच्या असून, सुगीच्या दिवसात मिळणारी फळे व भाज्या वापरून केल्या जातात. ही फळे म्हणजे टोमॅटो, आंबा, अननस, सफरचंद किंवा बेरी. मोहरीचे तेल आणि पाच फोडण पाच फोडण म्हणजे जिरे, बडिशेप, मेथी, कलौंजी व राधुनी असे पाच पदार्थ वापरून केलेली फोडणी. राधुनी म्हणजे सेलरीचे बी हा पाच फोडणमध्ये घालण्याचा पारंपरिक पदार्थ आहे. तो बंगालमध्ये मिळतो; पण इतर ठिकाणी मिळणे तसे अवघडच आहे, त्यामुळे इतर प्रांतात राधुनीऐवजी काळी मोहरी वापरली जाते.

या चटण्या बहुतेक वेळा जेवणाच्या शेवटी व जेवणानंतरचे गोड पदार्थ खाण्याच्या आधी वाढल्या जातात. जेवणातले जड पदार्थ खाल्ल्यावर तोंडाला त्यांच्या आंबटगोड चवीमुळे ताजगी मिळते आणि नंतरचे गोड पदार्थ पचायला सोपे जाते असे म्हणतात. मासे व तिखट चटण्या करताना बंगाली लोक शक्यतो भूत जलोकिया जातीच्या मिरच्या वापरतात. या मिरच्या खूप तिखट असून, त्या बंगाल, आसाम व आसपासच्या प्रांतांत मिळतात.

अननसाची चटणी

१ कप अननसाच्या लहान फोडी
१ लाल मिरची, अर्धा चमचा प्रत्येकी हळद, मोहरी व जिरे, १ चमचा आल्याचा रस, पाव कप साखर, १ मोठा चमचा मोहरीचे तेल, व चवीसाठी मीठ

एका भांड्यात तेल घालून लाल मिरची, हळद, जिरे व मोहरीची फोडणी करावी. त्यावर अननसाच्या फोडी टाकून जरा परतावे. त्यात साखर, आल्याचा रस व मीठ घालून अननस मऊ होईपर्यंत शिजवावे.

बंगाली टोमॅटो चटणी

२ टेबलस्पून सरसूचे तेल
पाच फोडण
४ मोठे लाल टोमॅटो
१०-१२ खजूर
पाव कप साखर
मूठभर बेदाणे
१ मोठा चमचा जिरे पावडर
१ लाल मिरची, मीठ चवीला

टोमॅटो बारीक चिरून घ्यावेत. खजुरातल्या बिया काढून त्याचे तुकडे करून घ्यावेत. पातेल्यात तेल गरम करून पाच फोडणचे जिन्नस व लाल मिरची टाकावी. फोडणी तडतडल्यावर त्यात टोमॅटो व खजूर टाकून शिजवावे. शिजून कोरडे झाल्यावर त्यात साखर, जिरे पावडर, बेदाणे व मीठ घालून घट्ट होईपर्यंत शिजवावे.

लिंबाची चटणी

१० लिंबे
पाव किलो साखर
१ चहाचा चमचा लाल तिखट
चिमूटभर लवंग पावडर
२ टेबलस्पून लांब किसलेली लिंबाची साल, मीठ चवीला

लिंबाचा रस काढून त्यात मीठ घालावे. किसलेली लिंबाची साल रसात टाकावी. हे मिश्रण झाकण लावून सात-आठ तास मुरायला ठेवावे. लिंबाची साल रसात मुरून मऊ झाल्यावर त्यात साखर, तिखट व लवंगेची पूड घालून, घट्ट झाकणाच्या बरणीत भरावे व ती बरणी कडकडीत उन्हात ठेवावी. साखर विरघळल्यावर लिंबाची चटणी तयार.

शुटकी भोरता (सुक्या माशाची चटणी)

पाव किलो सुके बोंबील किंवा कोणताही सुका मासा
२ कांदे
१० लसूण पाकळ्या
१ मोठा चमचा चिली फ्लेक्स
२ मोठे चमचे तेल
मोहरी व हळद
चवीला मीठ

बोंबील किंवा सुका मासा तासभर गरम पाण्यात भिजवून ठेवावा. नंतर फडक्यावर टाकून पूर्णपणे कोरडा करावा. माशाचे तुकडे करून त्यांना मीठ व चिली फ्लेक्स चोळून दोन तास ठेवावे. दगडी खलबत्त्यात घालून जाडसर कुटावे. कांदे व लसूण बारीक चिरून घ्यावे. एका पातेल्यात तेल घालून त्यात हळद व मोहरी घालावी. मोहरी तडतडल्यावर कांदा व लसूण परतावे. शिजल्यावर त्यात मिरची व माशाचे मिश्रण घालून तेल सुटेपर्यंत परतावे.

झुकान मचोर चटणी

पाव किलो सुके मासे
१ बटाटा, १ कांदा, १ टोमॅटो, १५ सुक्या मिरच्या, १० लसूण पाकळ्या, १'' आले, १ गड्डी ताजी कोथिंबीर, १ वाटी मोहरीचे तेल, व चमचाभर मोहरी

निखाऱ्यावर किंवा गॅसवर बटाटा आणि टोमॅटो वेगवेगळे भाजून घ्यावे. गार झाल्यावर साल काढून कुस्करावे व बाजूला ठेवावेत. गरम पाण्यात सुके मासे टाकून झाकण लावून अर्धा तास ठेवावे. कढईमध्ये मोहरीचे तेल घालून त्यावर मोहरी टाकावी. ती तडतडल्यावर त्यात बारीक चिरलेला कांदा घालून परतावा. त्यात कुस्करलेला बटाटा व टोमॅटो घालून मिश्रण कोरडे होईपर्यंत परतावे. सुक्या मिरच्या, आले व लसूण मिक्सरमध्ये घालून खरबरीत वाटावे. त्यात भिजलेला मासा घालून मिक्सर मधून फिरवावे. मासा वाटला गेल्यावर हे मिश्रण भगऱ्यासारखे दिसले पाहिजे. हा भगरा कढईतील परतलेल्या बटाटा व टोमॅटोवर टाकावी. चवीसाठी मीठ घालावे व तेल सुटायला लागले की गॅस बंद करावा.

प्लॅस्टिक चटणी

(प्रकार १)

दीड कप पातळ तुकडे केलेली कच्ची पपई
१ कप साखर
१ कप पाणी
१ टेबलस्पून कॉर्नफ्लॉवर
१ लिंबाचा रस
मूठभर काजू बेदाणे

पपईचे तुकडे जरासे वाफवून घ्यावेत. साखर आणि पाणी उकळायला ठेवावे. साखर विरघळली की त्यात पपईचे तुकडे टाकावेत. मंद आचेवर शिजू द्यावे. पपईचे तुकडे पारदर्शक झाले की त्यात थोड्याशा पाण्यात कालवलेले कॉर्नफ्लॉवर घालावे. चटणी घट्टसर झाली की गॅस बंद करून त्यात लिंबाचा रस व काजू बेदाणे टाकावेत. प्लॅस्टिक चटणी तयार.

(प्रकार २)

१ कप कच्च्या पपईचा कीस
३ हिरव्या मिरच्या
अर्धा कप साखर
१ मोठा चमचा बेदाणे
१ मोठा चमचा लिंबाचा रस
१ मोठा चमचा तेल
हिंग, मोहरी, मेथी दाणे व चवीला मीठ

पपईचा कीस पाण्यात घालून शिजत ठेवावा. शिजून पारदर्शक झाला व पाणी आटले की त्यात साखर, मीठ व बेदाणे घालावे. साखर विरघळून चटणी घट्ट झाली की भांडे खाली उतरवावे. तेलाची फोडणी करून त्यात हिंग, मोहरी, मेथीदाणे व मिरच्यांचे तुकडे टाकावेत. त्यात तयार चटणी टाकून जरा परतावे. गार झाल्यावर त्यात लिंबाचा रस घालावा.

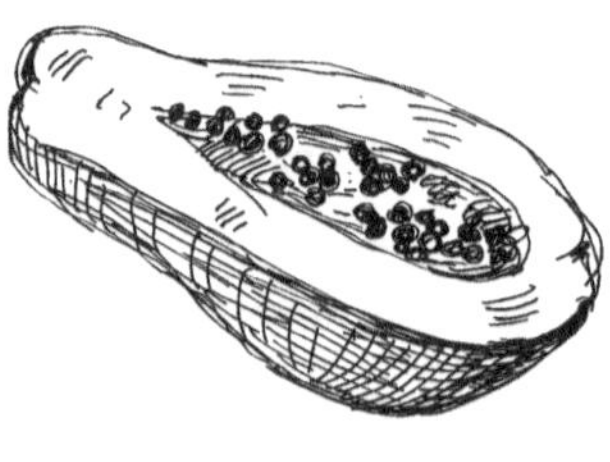

■ इतर प्रांतांतल्या खास चटण्या

पारसी पात्रा फिशची हिरवी चटणी

१ कप खवलेला नारळ
१ कप कोथिंबीर, ५ हिरव्या मिरच्या, १'' आल्याचा तुकडा, १०-१२ पाकळ्या लसूण, चवीला मीठ, लिंबाचा रस (या चटणीमध्ये काही वेळा पुदिना घातला जातो)

खवलेला नारळ, कोथिंबीर, मिरच्या, आले, लसूण, लिंबाचा रस व मीठ मिक्सरमध्ये घालून बारीक वाटावे. वाटताना जरूर असेल तरच पाणी घालावे. तयार चटणीला पाणी सुटणार नाही याची काळजी घ्यावी. अख्ख्या पापलेटला चिरा पाडून ही चटणी लावली. केळीच्या पानात मासा गुंडाळून त्याला दोरा बंधून तेलवर तळावा किंवा वाफेवर शिजवावा

सिंधी साई चटणी

१ गड्डी कोथिंबीर
पाव गड्डी पुदिना
८ लसूण पाकळ्या, ८ हिरव्या मिरच्या, १ मध्यम कांदा
१२-१५ कच्चे शेंगदाणे, १'' आल्याचा तुकडा, ३'' चिंचेचा तुकडा, मीठ व साखर चवीला

कोथिंबीर व पुदिना निवडून चिरून घ्यावा. मिरच्यांचे तुकडे करावे. कांदा बारीक चिरून त्याला मीठ लावून ठेवावे. लसूण सोलून घ्यावा. चिंचेच्या शिरा काढून टाकाव्यात. सर्व जिन्नस मिक्सरमध्ये घालून बारीक वाटावेत. वाटताना वरून पाणी घालण्याची गरज नाही.

शेव चटणी (गुजरात)

१ कप भावनगरी शेव, १ चमचा लाल तिखट, अर्धा कप दाण्याचे कूट, मीठ, साखर चवीला

शेव, लाल तिखट, दाण्याचे कूट, मीठ व साखर एकत्र करून मिक्सरमध्ये बारीक वाटावे. ही चटणी बहुतेक वेळा कोरडी खाल्ली जाते. शेवेची ओली चटणी करायची असेल तर आयत्या वेळी त्यात थोडे पाणी व हिंग मोहरीची फोडणी घालून पातळ करावी किंवा दह्यात कालवून वरून फोडणी द्यावी.

पातळ बेसन चटणी (गुजरात)

पाव कप बेसन
पाव कप दही
२ हिरव्या मिरच्या
१ चमचा किसलेले आले
मूठभर चिरलेली कोथिंबीर
३ मोठे चमचे तेल, हिंग, मोहरी
चवीला मीठ व साखर
जरुरीप्रमाणे पाणी

बेसन आणि दही एकत्र कालवावे. चटणी आपल्याला किती पातळ हवी त्याप्रमाणे त्यात पाणी घालावे. मिरची, आले, कोथिंबीर, मीठ घालून बारीक वाटावे. एका भांड्यात तेल घालून त्यात हिंग मोहरीची फोडणी करावी. त्यात वाटण घालून परतावे. दह्याचे मिश्रण घालून उकळी आणावी. गार झाल्यावर फाफड्यांबरोबर खावी.

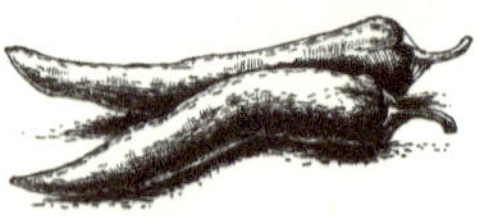

पाल्याची चटणी (आसाम)

२ कप चिरलेली पालेभाजी
१ कांदा बारीक चिरून
५-६ हिरव्या मिरच्या
अर्धा कप तीळ
अर्धी वाटी तेल
१०-१२ लसूण पाकळ्या
फोडणीत घालायला मोहरी, बडिशेप, हिंग व हळद

कढईमध्ये तेल घालून त्यात मोहरी, हिंग व हळद व बडिशेप घालावी. त्यावर कांदा, पालेभाजी व मिरच्या टाकून परतून घ्यावे. झाकण ठेवून दणदणीत वाफ द्यावी. गार झाल्यावर हे मिश्रण खरबरीत वाटावे. लसूण ठेचून तेलात लालसर होईपर्यंत परतून चटणीवर घालावा. ही चटणी चार दिवस छान टिकते.

आसाम, नागालँड या भागांत गाजर, बीट, नवलकोल, अशा भाज्यांच्या कोवळया पानांच्या तसेच तिथे मिळणाऱ्या वेगळ्या प्रकारच्या पालेभाज्यांच्या मस्त चटण्या केल्या जातात. कांदा व लसणीमुळे तो पाला कसला आहे हे कळून येत नाही.

कच्च्या पपईची चटणी (गुजरात)

१ कप किसलेली कच्ची पपई
३ हिरव्या मिरच्या
अर्धा कप कोथिंबीर
लिंबाचा रस
मीठ साखर चवीला
१ चमचा तेल
हिंग, हळद व मोहरी

एका भांड्यात तेल घालून त्यात हिंग, हळद व मोहरी टाकावी. मोहरी तडतडली की त्यात बारीक चिरलेल्या हिरव्या मिरच्या घालून परताव्यात. पपईचा कीस घालावा व झाकण लावून वाफ द्यावी. पपई शिजली की त्यात कोथिंबीर, मीठ, साखर आणि लिंबाचा रस घालून चटणी सारखी करावी.

चिकन सोरपोतेल : गोवा

अर्धा किलो हाडेविरहित चिकन १ कांदा, ६ लवंगा, २० काश्मिरी मिरच्या, २'' आल्याचा तुकडा, ७-८ लसूण पाकळ्या, २'' दालचिनीचा तुकडा, १ चमचा प्रत्येकी जिरे आणि मिरे, अर्धा कप व्हिनिगर, चमचाभर चिंचेचा कोळ, १ कप तेल

एका भांड्यात पाणी घेऊन त्यात आल्याचा तुकडा, लसूण पाकळ्या व मीठ घालून चिकन उकडून घ्यावे. चिकन गार झाल्यावर पाण्यातून काढून त्याचे बारीक तुकडे करून घ्यावेत. आले लसूण पाण्यातून काढावे. मिरच्यांचे तुकडे, दालचिनी, लवंग, जिरे आणि मिरे तेलात परतावे. परतलेले मसाले, आले व लसूण व्हिनिगरमध्ये घालून वाटून घ्यावे. तेलात कांदा परतावा. त्यात वाटलेला मसाला व चिकनचे तुकडे टाकून परतावे. मीठ व चिंचेचा कोळ घालावा व चिकन उकडलेले पाणी घालून परतत राहावे. (पाण्याऐवजी गोव्याची फेणी किंवा रेड वाईन घातली जाते.) सोरपोतेलला तेल सुटले की गॅसवरून उतरवावे.अशा पद्धतीने केलेले सोरपोतेल जरा मुरले की दुसऱ्या-तिसऱ्या दिवशी जास्त चांगले लागते. (सोरपोतेल हा पदार्थ मूळचा पोर्तुगीज असून, तो नेहमी पोर्कचा केला जातो.)

ही चटणी बहुतेक वेळा सानाबरोबर खाल्ली जाते. साना म्हणजे मेंगलोर, गोवा या ठिकाणी बनवल्या जाणाऱ्या तांदळच्या इडल्या.

किश्मूर

(प्रकार १)

२ कप साफ केलेले सुके प्रॉन्स
लिंबाएवढी चिंच
१ टेबलस्पून लाल तिखट
हळद
मीठ
१ कप सुके खोबरे
१ कांदा
१० पाकळ्या लसूण
व तेल व मीठ

तव्यावर थोडे तेल टाकून त्यात प्रॉन्स मंद आचेवर परतून घ्यावेत. सुके खोबरे कोरडे परतून घ्यावे. कांदा किसून त्यातले पाणी पिळून टाकावे. तेलात थोडी हळद घालून त्यावर कांदा व लसूण कुरकुरीत होईपर्यंत परतावा. खलबत्त्यात प्रॉन्स, कांदा, लसूण, चिंच, लाल तिखट, खोबरे व मीठ घालून भरड कुटावे. अशा प्रकारे बनवलेले किश्मूर बरेच दिवस टिकते.

(प्रकार २)

२ कप साफ केलेले सुके प्रॉन्स
१ चमचा लिंबाचा रस
१ टेबलस्पून लाल तिखट
हळद
मीठ
१ कप खवलेला नारळ
१ कांदा
अर्धा कप बारीक चिरलेली कोथिंबीर
तेल व मीठ

थोडे तेल गरम करून त्यावर सुके प्रॉन्स टाकावेत. परतताना त्यांचा चांगला वास सुटला, की काढून ताटलीत गार करायला ठेवावे. गार झाल्यावर त्यात लाल तिखट घालून हाताने चुरडावे. एका वाडग्यात बारीक चिरलेला कांदा, कोथिंबीर, नारळ, मीठ व लिंबाचा रस असे एकत्र करावे. खाण्याच्या वेळी त्यात चुरडलेले प्रॉन्स घालून सारखे करावे.

■ परदेशी चटण्या ■

प्रत्येक देशाच्या खाद्यसंस्कृतीमध्ये मुख्य पदार्थाबरोबर खाण्यासाठी निरनिराळ्या प्रकारची तोंडी लावणी असतात. या तोंडी लावण्यांचे चटण्या, रेलिशेस, डीप्स, सॉस असे अनेक प्रकार असतात. त्यापैकी चटण्या हा प्रकार आपल्याला जवळचा वाटतो. आश्चर्य म्हणजे इटली, चीन, इंग्लंड, त्रिनिदाद आणि अनेक आफ्रिकन देशात चटणी हा अतिशय लोकप्रिय पदार्थ आहे. प्रत्येक देशात या चटण्या वेगवेगळ्या पदार्थांबरोबर खाल्ल्या जातात. काही देशांत त्या फिश, पोर्क अथवा चिकनबरोबर सर्व्ह करतात; तर काही देशांत ब्रेडला लावण्याचे स्प्रेड म्हणून वापरतात. काही चटण्या वाईनबरोबर देण्यात येणाऱ्या क्रॅकर्सना लावून खाल्ल्या जातात; तर काही चटण्या रोस्ट मीटसाठी मॅरिनेड म्हणून वापरल्या जातात. त्यांची नावे जरी वेगळी असली तरी चव मात्र मिटक्या मारत खाण्याजोगी असते.

ग्रीसची ऑलिव्ह चटणी

१ कप ऑलिव्ह्ज, ६ लसूण पाकळ्या, १ लाल मिरची, १ लिंबाची साल किसून, २ टेबलस्पून ऑलिव्ह ऑइल, १ टी स्पून मिरपूड, २ टेबलस्पून केपर्स, मीठ

ऑलिव्ह्जमधले बी काढून घ्यावे. बिया काढलेले ऑलिव्ह्ज, लसूण, लिंबाची साल, केपर्स, लाल मिरची व मीठ एकत्र करून मिक्सरमध्ये खरबरीत वाटावे. ऑलिव्ह ऑईल व मिरपूड घालून कालवावे.

मेक्सिकन सालसा

१ लाल टोमॅटो, १ पिवळा टोमॅटो, १ कांदा, २ हिरव्या मिरच्या थोडी कोथिंबीर, चवीसाठी मीठ मिरपूड, लिंबाचा रस

टोमॅटोमधला गर व बिया काढून घ्याव्यात. धारदार सुरीने कांदा, टोमॅटो व मिरची बारीक कापून एका ठेवावी. त्यात मीठ, मिरपूड, लिंबाचा रस व कोथिंबीर घालून हलक्या हाताने कालवावी. सालसा फार आधीपासून करून ठेवला तर त्याला पाणी सुटते. त्यामुळे सर्व भाज्या कापून ठेवाव्यात. सर्व्ह करायच्या आधी थोडा वेळ एकत्र कराव्यात. जरूर असेल तर टोमॅटोचा गर मिसळावा.

इंडोनेशियन बीटरूट चटणी

अर्धा किलो बीटरूट
४–५ लहान कांदे, ४ पाकळ्या लसूण, २'' आले, १ कप व्हिनिगर १ मोठा चमचा साखर, १ चमचा चिली सॉस, चवीला मीठ

बीटरूटची साले काढून किसून घ्यावी. कांदे आले व लसूण बारीक चिरून घ्यावे. एका सॉसपॅनमध्ये व्हिनिगर घालून त्यात कांदा, लसूण व आले शिजत टाकावे. एक उकळी आली की त्यात किसलेले बीट, साखर, चिली सॉस व मीठ घालून शिजवावे. घट्टपणा आला की खाली उतरवावे. ही चटणी फ्राइड राइस किंवा राइस नूडल्सबरोबर खाल्ली जाते.

फिनलंडमधील बेरींची चटणी

स्ट्रॉबेरी, तुती, क्लाउडबेरी, ब्लूबेरी अशा २ कप बेरीज
१ मोठा चमचा साखर
अर्धा लहान चमचा मिरपूड
चिमूटभर दालचिनी पावडर
१ लहान चमचा थाईमची पाने, मीठ व १ कप व्हाइट वाईन

बेरी, साखर, मीठ, मिरपूड व दालचिनी पूड एकत्र करून शिजत ठेवावे. त्यात थाईमची पाने हाताने कुस्करून घालावीत. साखर विरघळली की त्यात वाईन घालून चटणी घट्ट होईपर्यंत शिजवावी.

येमेनी बिर्याणी (मंदी)

(प्रकार १)

५ टोमॅटो
६ लसूण पाकळ्या
२'' आल्याचा तुकडा
२ टी स्पून चिली फ्लेक्स
अर्धा टी स्पून मिरपूड
लिंबाचा रस
चवीला मीठ

टोमॅटो थोडा वेळ गरम पाण्यात टाकून त्याची साल काढून घ्यावी. साल काढलेले टोमॅटो, लसूण, चिली फ्लेक्स मीठ, मीरपूड व लिंबाचा रस एकत्र करून मिक्सरमध्ये बारीक वाटावे. ही चटणी चांगली झणझणीत होते.

(प्रकार २)

३ लालबुंद टोमॅटो, ३ हिरव्या मिरच्या, अर्धा कप बारीक चिरलेली कोथिंबीर, चवीसाठी मीठ
१ टेबलस्पून ऑलिव्ह ऑइल

टोमॅटोचे साल काढून बारीक कुस्करून घ्यावा. मिरच्या बारीक कापाव्यात. टोमॅटो, मिरच्या, मीठ व मिरपूड एकत्र करून त्यात ऑलिव्ह ऑइल घालून कालवावे. टोमॅटो जर आंबट नसतील, तर त्यात थोडा लिंबाचा रस घालावा. काही वेळा या चटणीमध्ये बारीक चिरलेला कांदा व पुदिना घातला जातो.

मोरक्कन हरीसा

२५ टपोऱ्या लाल मिरच्या
१ गड्डा लसूण, अर्धा चमचा जिरेपूड
अर्धा चमचा सुंठ, चवीला मीठ
५-६ टी स्पून ऑलिव्ह तेल

लाल मिरच्या गरम पाण्यात भिजवून ठेवाव्यात. नंतर कापडावर टाकून कोरड्या करून घ्याव्या. लसूण सोलून घ्यावा. मिरच्या, लसूण, जिरेपूड, सुंठ व मीठ मिक्सरमध्ये अगदी बारीक वाटावे व नंतर ऑलिव्हच्या तेलात कालवून बरणीत भरावे.

हरीसा कबाबबरोबर खाण्यासाठी चटणी म्हणून तसेच मीटच्या पदार्थांत व मॅरिनेड म्हणून वापरली जाते.

इजिप्तची फावा बीन्स चटणी

१ कप फावा बीन्स
१ टेबलस्पून ऑलिव्ह ऑइल
४ लसूण पाकळ्या, १ मध्यम कांदा
थोडी पार्सले बारीक चिरून, अर्धा
चमचा जिरेपूड, चवीला मीठ

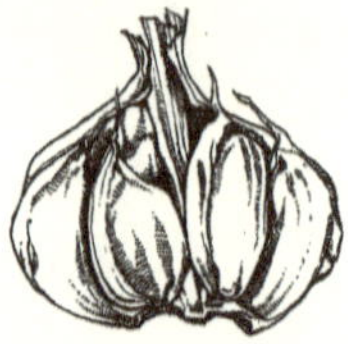

फावा बीन्स लसूण व मीठ घालून उकडून घ्याव्यात. कांदा उभा कापून तळून घ्यावा. उकडलेले फावा बीन्स मिक्सरमध्ये बारीक वाटून घ्यावेत. त्यात ऑलिव्हचे तेल व पार्सले मिसळावे. एका पसरट बशीत वाटलेली चटणी घालून त्यामध्ये खड्डा करावा. सर्व्ह करताना त्या खड्ड्यात तळलेला कांदा कुस्करून घालावा. इजिप्तमध्ये रोजच्या जेवणात फावा बीन्सची चटणी केलेली असतेच. ती पिटा ब्रेड वा सॅलडमध्ये घालून खाल्ली जाते.

दक्षिण आफ्रिकेची चाकालाका

१ कांदा
४ लसूण पाकळ्या
१ भोपळी मिरची
४ टॉमॅटोचा गर
१ कप श्रावणघेवड्याचे दाणे
१ चमचा गरम मसाला
२ चमचे लाल तिखट
मीठ चवीप्रमाणे

श्रावणघेवड्याचे दाणे नरम होईपर्यंत शिजवावेत. बारीक चिरलेला कांदा, लसूण व भोपळी मिरची भरपूर तेलात परतून घ्यावी. त्यात टोमॅटोचा गर घालून वाफेवर शिजवावे. तेल सुटल्यावर त्यात श्रावणघेवड्याचे दाणे, मसाला, तिखट व मीठ घालावे व चटणी हाताने कुस्करावेत. काही वेळा ही चटणी न कुस्करता तशीच ठेवली जाते. ही चटणी गारच खातात.

त्रिनिदादची शहाळ्यातल्या मलईची चटणी

एक शहाळ्यातली मलई
१ पांढरा कांदा
२ लसूण पाकळ्या
१'' आले, ४-५ पांढऱ्या मिरच्या
१ चमचा लोणी, चवीसाठी मीठ

शहाळ्यातली मलई काढून घ्यावी. कांदा, आले, लसूण, मिरच्या व मीठ बारीक वाटावे. लोणी गरम करून त्यात हे वाटण परतावे. कोरडे झाल्यावर गार करून त्यात शहाळ्यातली मलई मिसळून मिश्रण बारीक वाटावे. वाटताना गरजेनुसार शहाळ्यातले पाणी वापरावे. तयार चटणी बरणीत भरून फ्रिजमध्ये ठेवावी. ही चटणी मॅरिनेड म्हणून वापरता येते.

नेपाळी घुकरू की चटणी

१ वाटी सुकवलेला पाला
४ हिरव्या मिरच्या
५ पाकळ्या लसूण
एक लहान कांदा
चवीसाठी मीठ व लिंबाचा रस

मिरच्या, लसूण, कांदा व मीठ खलबत्त्यात भरड कुटून घ्यावे. बाहेर काढून त्यात पाला व लिंबाचा रस घालून हाताने कालवावे. जेवताना वरून कच्चे मोहरीचे तेल घालून खावे.

नेपाळची मूली की सिनकी

२ पांढरे मुळे
पाऊण वाटी लाल मोहरी
२ चमचा मोहरीचे तेल
१ चमचा लाल तिखट
हळद, मोहरी व हिंग, चवीला मीठ

मुळ्याचे साल काढून त्याचे पातळ काप करून उन्हात वाळत ठेवावेत. ते कडक होणार नाहीत; पण त्यातला पाण्याचा अंश निघून जाईल इतपत वाळवावे. मोहरी कोरडी भाजून घ्यावी. त्याची जेवढी साले निघतील तेवढी काढून टाकावीत. एका भांड्यात तेलाची फोडणी करून त्यात मोहरी व मुळ्याच्या चकत्या परताव्यात. त्यात लाल तिखट व मीठ घालावे. गार झाल्यावर बरणीत भरून ती बरणी एक दिवस उन्हात ठेवावी.

■ इटलीमधल्या चटण्या

इटालियन खाद्यसंस्कृतीमध्ये ऑलिव्ह्ज, टोमॅटो व त्यांच्या जोडीने लसूण, बेसील, ओरेगानो ही हर्ब्ज खूप वापरली जातात. बहुतेक सगळे इटालियन पदार्थ करताना त्यात हे जिन्नस घातलेले असतात.

टोमॅटो आणि बेसिल चटणी

अर्धा किलो लाल टोमॅटो
२ पांढरे कांदे
१० लसूण पाकळ्या
१ मोठा चमचा कुटलेले काळे मिरे
४ टेबलस्पून ब्राऊन शुगर
अर्धी जुडी तुळस
१ कप ऑलिव्हचे तेल
चवीसाठी मीठ

टोमॅटो, कांदे व लसूण बारीक चिरून घ्यावे. तुळशीची पाने हाताने तोडून घ्यावीत. एका जाड बुडाच्या भांड्यात सर्व पदार्थ एकत्र करून मंद आचेवर शिजत ठेवावेत. चटणी घट्ट झाली की खाली उतरवावी. गार झाल्यावर ऑलिव्हचे तेल घालून कालवावी. व बरणीत भरावी. कोणत्याही पास्ता डिशवर घालून, गार्लिक ब्रेडला लावून किंवा भाताबरोबर खाण्यासाठी ही चटणी योग्य अशी आहे.

कच्चे टोमॅटो व ऑलिव्हची चटणी

५-६ लहान आकाराचे कच्चे टोमॅटो १० काळे ऑलिव्ह्ज, १० पाकळ्या लसूण, १ कप व्हाइट वाईन, अर्धा चमचा चिली फ्लेक्स, अर्धा चमचा ओरेगानो पावडर, चवीला मीठ

कच्चे टोमॅटो अर्धे करून घ्यावेत. ऑलिव्ह्जमधल्या बिया काढून ते अर्धे करावेत. लसूण बारीक चिरावा. सर्व पदार्थ व्हाइट वाईनमध्ये दोन तास मुरत ठेवावे व नंतर हॉटप्लेटवर ठेवून अगदी थोडा वेळ शिजवावे.

द्राक्षाचे रेलिश

२ कप काळी बिनबियांची द्राक्षे
५-६ तुळशीची पाने, अर्धा कप साखर, थोडी रेड वाईन
चवीला मीठ

सर्व पदार्थ एकत्र करून शिजत ठेवावे. लागेल तशी रेड वाईन घालावी. द्राक्षे शिजली व मिश्रण घट्ट झाले, की मिक्सरमध्ये अगदी थोडा वेळ फिरवावे.

अंजीर चटणी

१५ सुके अंजीर
चिमूटभर दालचिनी पूड
२ टेबलस्पून साखर
१ कप वाईन
अर्धा टी स्पून लिंबाची किंवा संत्र्याची किसलेली साल
व मीठ चवीला

अंजिराचे तुकडे करून ते २ तास भिजत घालावेत. मऊ झाल्यावर त्यात साखर, दालचिनीची पूड, संत्र्याची साल व मीठ घालून हॉटप्लेटवर शिजत ठेवावे. साखर विरघळल्यावर त्यात वाईन घालून चटणी घट्ट होईपर्यंत शिजवावी.

तिखट टोमॅटो चटणी

२ कांदे
१० टोमॅटो
१५ लसूण पाकळ्या
२ टेबलस्पून ऑलिव्ह तेल
१ चमचा मस्टर्ड सॉस
४ लाल मिरच्या
१ टेबलस्पून ओरेगानो
व मीठ चवीला

कांदा, टोमॅटो व लसूण बारीक चिरून घ्यावा. १ चमचा ऑलिव्हच्या तेलात चिरलेला कांदा, टोमॅटो व लसूण परतावा. लाल मिरच्या घालून टोमॅटोचा रस आटेपर्यंत शिजवावा. गार झाल्यावर त्यात मस्टर्ड सॉस व ओरेगानो घालून मिक्सरमध्ये बारीक वाटावे. उरलेले ऑलिव्हचे तेल घालून कालवावे.

■ अरेबिक चटण्या

अरेबिक पदार्थांत तीळ, ऑलिव्हचे तेल, फावा बीन्स, छोले, दही, पुदिना यांचा खूप वापर केला जातो. इतर पदार्थांच्या जोडीने त्यांच्या चटण्यादेखील हेच पदार्थ वापरून केलेल्या असतात.

ताहिनी

४ कप पांढरे तीळ, अर्धा कप ऑलिव्हचे तेल, चवीला मीठ

तीळ अगदी मंद आचेवर हलके होईपर्यंत भाजून घ्यावे. भाजताना सारखे चमच्याने हलवत राहावे. तिळाला लाल रंग येणार नाही याची काळजी घ्यावी. गार झाल्यावर तीळ व ऑलिव्हचे तेल मिक्सरमध्ये घालून बारीक वाटावे. ताहिनी पेस्ट चमच्याने घेता येईल इतपत पातळ असावी. गरजेनुसार आणखी तेल घालावे.

हमूस

१ कप उकडलेले छोले, २ लसूण पाकळ्या, पाव कप ऑलिव्हे तेल १ टेबलस्पून लिंबाचा रस, २ टेबलस्पून ताहिनी, अर्धा टी स्पून पापरिका, चवीला मीठ

उकडलेले छोले, लसूण, लिंबाचा रस, ताहिनी व मीठ मिक्सरमध्ये घालून बारीक वाटावे. वाटताना त्यात थोडे थोडे ऑलिव्ह तेल घालावे. वाटलेले मिश्रण हलके व क्रिमी झाले पाहिजे. तयार हमूस बशीत काढून मधोमध खड्डा करावा व त्यात १ चमचा ऑलिव्हचे तेल घालावे. वरून पापरिका पावडर भुरभुरावी.

लसूण - पुदिन्याचे दही

२ कप गोड दही, १ चमचा मीठ अर्धा कप पुदिन्याची पाने व ४ लसूण पाकळ्या

पुदिन्याची पाने, लसूण व मीठ बारीक वाटून दह्यात कालवावे व दोन-तीन तास फ्रिजमध्ये ठेवावे. नंतर हे दही बारीक गाळण्यावर किंवा फडक्यावर गाळावे. पुदिन्याचे व लसणीचे तुकडे वर राहतील व दह्याला त्यांचा स्वाद लागेल. पुदिन्याचा हिरवा रंग व दह्याचा पांढरा रंग याचे सुरेख मिश्रण होऊन फिक्कट हिरव्या रंगाचे व लसणीच्या स्वादाचे दही तयार होते. काही वेळा फक्त पुदिन्याचे, तर काही वेळा फक्त लसणीचे दही केले जाते

ऑलिव्ह्ज व पुदिना चटणी

१ कप ऑलिव्ह्ज
१५ पाकळ्या लसूण, ५ हिरव्या मिरच्या, मीठ, लिंबाचा रस
१ मोठा चमचा चिरलेला पुदिना
अर्धा कप ऑलिव्ह तेल

ऑलिव्ह्ज, लसूण, हिरव्या मिरच्या, मीठ, लिंबाचा रस व पुदिना मिक्सरमध्ये घालून बारीक वाटावे. त्यात ऑलिव्ह ऑइल घालून कालवावे. ही चटणी कुसकुस, रोस्ट मीट, सूप अथवा सॅलडमध्ये घालून खाल्ली जाते.

बाबा गनौश

१ मोठे आकाराचे बिनबियांचे वांगे
१ कांदा, ५ लसूण पाकळ्या
१ मोठा चमचा ऑलिव्ह तेल
एका लिंबाचा रस, २ चमचे ताहिनी
१ चमचा बारीक चिरलेली पार्सले

वांग्याला तेल लावून ते निखाऱ्यावर किंवा ओव्हनमध्ये भाजून घ्यावे. गार झाल्यावर त्याची सालं काढावीत. कांदा व लसूण बारीक चिरून घ्यावा व थोड्या तेलावर परतावा. वांग्याचा गर, कांदा, लसूण, ताहिनी व मीठ मिक्सरमध्ये घालून वाटून घ्यावे. त्यात लिंबाचा रस घालून एकजीव करावे. सर्व्ह करताना मधोमध खड्डा करून त्यात ऑलिव्हचे तेल घालावे व वरून पार्सले (कोथिंबिरीसारखा एक प्रकार) घालावी.

■ मोमोजच्या चटण्या

मैद्याच्या पारीत वेगवेगळ्या भाज्या वा मीटचे मिश्रण भरून वाफवलेला मोमोज हा पदार्थ मूळचा नेपाळमधला.

या चटण्यांचा बेस टोमॅटो असतो. त्यात कांदा व निरनिराळे हर्ब्ज घालून झणझणीत चवीच्या चटण्या बनवल्या जातात. तिथल्या थंडीसाठी चटणीमध्ये आले व तीळ हे शरीराला उष्णता देणारे दोन पदार्थ भरपूर प्रमाणात वापरले जातात. तेलदेखील शक्यतो तिळाचेच वापरले जाते. या चटणीमधले खास हर्ब म्हणजे 'टिमूर'. हे हर्ब काहीसे तिरफळासारखे असून ते 'चायनीज पेपर' या नावानेदेखील ओळखले जाते. टिमूरमुळे नेपाळी चटण्यांना वेगळी चव मिळते.

चिनीमाया स्यांगतान यांनी सांगितलेल्या या काही चटण्या.

तिळाची चटणी

अर्धा कप तीळ
२'' आल्याचा तुकडा
१० पाकळ्या लसूण
३ हिरव्या मिरच्या, लिंबाचा रस
१ लहान चमचा तिळाचे तेल
चवीला मीठ

तीळ भाजून घ्यावे. आले, लसूण व मिरच्या तेलात परतून घ्याव्यात. तीळ, आले, लसूण व मिरच्या मिक्सरमध्ये घालून बारीक वाटावे. वाटलेले मिश्रण तेलात परतावे. गार झाल्यावर लिंबाचा रस व पाणी घालून चटणी सारखी करावी.

आल्याची चटणी

५ मोठे चमचे किसलेले आले
४ हिरव्या मिरच्या, ४ टिमूर, थोडी कोथिंबीर, मीठ, व्हिनिगर

सर्व जिन्नस एकत्र करून मिक्सरमध्ये बारीक चटणी वाटावी. पाणी घालून पातळ करावी.

मोमोजची पुणेरी चटणी

२ टोमॅटो, २'' आल्याचा तुकडा
४ पाकळ्या लसूण, १ चमचा लाल तिखट, फोडणीसाठी १ टेबलस्पून तेल हिंग, हळद, मोहरी व जिरे
चवीला मीठ

टोमॅटोच्या फोडी करून घ्याव्या. आल्याचे तुकडे करावेत. भांड्यात तेल घालून त्यात टोमॅटो, आले व लसूण परतावे. हळद व मीठ घालून आणखी थोडा वेळ परतावे. टोमॅटोचे मिश्रण निथळून काढावे व थोडे पाणी घालून मिक्सरमध्ये बारीक वाटावे. भांड्यात राहिलेल्या तेलात हिंग, जिरे व मोहरीची फोडणी करून ती वाटलेल्या चटणीवर घालावी. पाणी घालून चटणी पातळ करावी. वाफवलेले मोमोज या चटणीमध्ये बुडवून खाल्ले जातात.

मोमोज चटणी

(प्रकार १)

१५ लसूण पाकळ्या
५-६ टिमूर
४ लाल मिरच्या, १ टोमॅटो
२ लहान चमचे व्हिनिगर
मीठ चवीला

लसूण पाकळ्या, मिरच्या व टोमॅटो बारीक कापून घ्याव्या. त्यात व्हिनिगर व मीठ घालून तासभर मुरत ठेवावे. जरुरीप्रमाणे पाणी घालून बारीक वाटावे.

(प्रकार २)

कांदा, १ टोमॅटो, १ टी स्पून प्रत्येकी आले व लसणाची पेस्ट सोया सॉस व लाल तिखट ४ ते ५ टिमूर, १ टेबलस्पून व्हिनिगर, चवीसाठी मीठ

सर्व पदार्थ मिक्सरमध्ये घालून बारीक वाटावेत. वाडग्यात काढून त्यात व्हिनिगर घालावे. मोमोज बुडवून खाता येतील इतपत चटणी पातळ असावी.

हिरवी चटणी

२ कप कोथिंबीर
२'' आल्याचा तुकडा
४ हिरव्या मिरच्या
६ टिमूर
मीठ व व्हिनिगर

कोथिंबीर, आले, मिरच्या, टिमूर व मीठ पाणी घालून मिक्सरमध्ये वाटून घ्या. जरुरीप्रमाणे व्हिनिगर घालून चटणी पातळ करा. वाफवलेले मोमोज या चटणीमध्ये बुडवून खाल्ले जातात.

■ त्रिनिदादचा कुचेला

युरोपच्या प्रवासात *एल्विना* नावाची त्रिनिदादची मुलगी सांगत होती, ''त्रिनिदादमध्ये आजही भारतीय वंशाचे अनेक लोक आहेत. साहजिकच त्यांच्या खाण्यापिण्याच्या सवयी भारतीय चवीशी मिळत्याजुळत्या अशाच आहेत, त्यामुळे वेगवेगळ्या चटण्या, लोणची आणि तिखट व मसालेदार पदार्थ याचा त्यांच्या जेवणात समावेश केलेला असतो. त्रिनिदादची खासियत असलेली कुचेला ही चटणी त्यांना विशेष प्रिय आहे. एल्विनाने स्कॉच बॉनेट मिरच्या, कुचेलाच्या कैऱ्या, आमचर मसाला व कुचेलाच्या रेसिपीज सांगितल्या.

त्रिनिदादमध्ये मिळणाऱ्या झणझणीत चवीच्या मिरच्या म्हणजे स्कॉच बॉनेट मिरच्या. साधारणपणे २'' लांबीच्या आणि गोल आकाराच्या या मिरच्या हिरव्या, पिवळ्या आणि लाल अशा तीन रंगांत मिळतात व त्याला एक प्रकारचा वेगळाच स्वाद असतो. या मिरच्या म्हणजे कुचेला व इतर कॅरेबियन पदार्थांतील एक महत्त्वाचा घटक असतो.

तुमच्या कोणत्याही पदार्थाला 'त्रिनिदाद टच' द्यायचा असेल, तर सोपा उपाय म्हणजे त्यात चमचाभर कुचेला घालावा.

कुचेला

५ लसूण पाकळ्या
५ स्कॉच बॉनेट मिरच्या
अर्धा कप कुचेला मसाला
१ कप सुकवलेली कैरी
चवीला साखर
मीठ, मोहरीचे तेल

लसूण आणि स्कॉच बॉनेट मिरच्या मीठ घालून जाडसर कुटून घ्याव्या. त्यात सुकवलेल्या कैऱ्या आणि कुचेला मसाला घालून हाताने कालवावे. कालवता कालवता त्यात थोडे थोडे मोहरीचे तेल घालावे.

आमचर मसाला

४ टेबलस्पून धणे, २ टेबलस्पून जिरे, २ टेबलस्पून काळी मिरी
१ टी स्पून प्रत्येकी बडिशेप, मोहरी मेथीदाणे, मीठ

सर्व मसाले मंद आचेवर कोरडे भाजावेत. गार झाल्यावर त्यांची बारीक पूड करावी.

सफरचंदाचा कुचेला

४ हिरवी सफरचंदे, १ टेबलस्पून आमचर मसाला, ४ लसूण पाकळ्या, २ स्कॉच बॉनेट मिरच्या, मीठ, अर्धा कप मोहरीचे तेल

सफरचंद सालासकट किसून घ्यावे. कुचेला कोरडा हवा असेल तर सफरचंदांतले पाणी पिळून टाकावे. लसूण आणि स्कॉच बॉनेट मिरच्या मीठ घालून जाडसर कुटून घ्याव्या. एका भांड्यात तेल तापवून त्यात कुटलेला लसूण आणि मिरच्या परतून घ्याव्यात. त्यात किसलेले सफरचंद घालून वाफ द्यावी. सफरचंद अर्धवट शिजल्यावर त्यात मीठ, साखर व आमचर मसाला घालून ढवळावे.

कुचेलाच्या कैऱ्या

२ मोठ्या आकाराच्या कैऱ्या
मीठ

कैरीची साल काढून ती किसून घ्यावी. त्यातले पाणी पिळून मीठ लावून कापडावर पसरून उन्हात वाळवायला ठेवावी. दोन दिवस चांगली वाळली की हाताने कुस्करावी.

एल्विनाचा सल्ला

- कुचेला कोरडा हवा असेल तर त्यात जरुरीपुरते थोडे तेल घालावे.
- ओलसर कुचेला स्प्रेड म्हणून वापरता येतो.
- २ मोठ्या कैऱ्यांचा वाळवलेला कीस साधारणपणे पाऊण ते एक कप होतो.
- सफरचंदांचा कुचेला करताना तो फार शिजू देऊ नये; नाही तर त्याचा गोळा होईल.

■ सांबल

सांबल म्हणजे झणझणीत चवीच्या मिरच्यांची चटणी. अशी चटणी मलेशिया, इंडोनेशिया, श्रीलंका या देशांत खूप लोकप्रिय असून, त्या देशात ती वेगवेगळ्या प्रकारांनी बनवली जाते. मूळ (Basic) सांबलमध्ये फक्त लाल मिरच्या, मीठ व आंबटपणासाठी लिंबू किंवा चिंच घातलेली असते. यामध्ये खासकरून बर्ड्स आय, मादाम जेनेट, चिली पेपर्स या प्रकारच्या मिरच्या वापरल्या जातात. जेव्हा अशा ताज्या मिरच्या मिळतात, तेव्हा या देशात त्याचे सांबल बनवून ठेवले जाते.

बेसिक सांबल

१० लाल मिरच्या
१'' आले
४ पाकळ्या लसूण
३'' लेमन ग्रासचा तुकडा
२ मोठे चमचे ओले खोबरे
१ लिंबाचा रस, थोडी किसलेली साल, मीठ, व्हिनिगर

मिरच्या, आले, लसूण, व लेमन ग्रासचे तुकडे करावे. त्यात ओले खोबरे, लिंबाची साल व मीठ घालून दगडी उखळात कुटावे. मिठामुळे पदार्थ कुटून एकजीव होण्यास मदत होते. कुटताना थोडा लिंबाचा रस घालावा. कुटलेले मिश्रण वाडग्यात काढावे.

थाय सांबल

२५ ते ३० लालचुटुक मिरच्या
२ मोठे चमचे चिली फ्लेक्स
१ मोठा चमचा तेल
२५ पाकळ्या लसूण
२३ मोठे चमचे राईस व्हिनिगर
चवीला मीठ, साखर

लाल मिरच्या वाफवून घ्याव्यात. गार झाल्यावर त्यातले बी काढावे. दगडी खलबत्त्यात मिरच्या, चिली फ्लेक्स व लसूण थोडे थोडे तेल घालत भरड कुटून घ्यावे. बाऊलमध्ये काढून त्यात मीठ आणि साखर घालावी. राईस व्हिनिगर घालून कालवावे.

सुक्या प्रॉन्सचे सांबल

१ कप सुके प्रॉन्स
१ कप सुके खोबरे
३ टेबलस्पून लाल तिखट
२ टेबलस्पून लसूण बारीक तुकडे करून, २ कांदे
चिंचेचे बुटुक
चवीला मीठ

सुके खोबरे लालसर होईपर्यंत भाजून घ्यावे. प्रॉन्स साफ करून तेलावर परतून घ्यावेत. कांदा व लसूण लाल रंगावर परतून घ्यावे. गार झाल्यावर परतलेले सर्व जिन्नस व चिंच खलबत्त्यात घालून भरड कुटून घ्यावी. बाहेर काढून त्यात लाल तिखट व मीठ घालून कालवावे.

श्रीलंकन सांबल

(प्रकार १)

१ कप खवलेला ओला नारळ
१० लाल मिरच्या
१ टेबलस्पून खोबऱ्याचे तेल
१ टेबलस्पून दाट चिंचेचा कोळ
४ मद्रास कांदे
३-४ पाकळ्या लसूण
अर्धा कप कढीपत्ता
१ टी स्पून मिरे, मीठ

एका फ्रायपॅनमध्ये तेल तापवून त्यात कांदा, लसूण, मिरच्याचे तुकडे व कढीपत्ता परतून घ्यावा. गार झाल्यावर दगडी खलबत्त्यात भरड कुटून घ्यावे. त्यात चिंचेचा कोळ, मिरे व खोबरे घालून सर्व जिन्नस एकजीव होईपर्यंत कुटावेत. फ्रायपॅनमध्ये उरलेले तेल तापवून त्यात वाटण जरा वेळ परतावे.

(प्रकार २)

१ कप खवलेला ओला नारळ
१० लाल मिरच्या
१ टेबलस्पून खोबऱ्याचे तेल
२'' चिंचेचा तुकडा
१ कप बारीक चिरलेला कांदा
३-४ पाकळ्या लसूण
१ टी स्पून मिरे, मीठ

एका फ्रायपॅनमध्ये तेल तापवून त्यात लसूण, मिरच्याचे तुकडे व मिरे परतून घ्यावेत. गार झाल्यावर त्यात चिंचेचा तुकडा व मीठ घालून दगडी खलबत्त्यात भरड कुटून घ्यावे. कांद्यातले पाणी पिळून तो खवलेल्या खोबऱ्यात मिसळावे. त्यात कुटलेला भरडा घालून एकजीव करावेत.

■ चायनीज चटण्या

आज चायनीज खाद्यसंस्कृती जगभर आपले पाय घट्ट रोवून उभी आहे. सर्व चायनीज पदार्थांनी जगभर लोकप्रियता मिळवली आहे. मात्र प्रत्येक देशात ते वेगवेगळ्या चवीचे केलेले दिसून येतात. याचे कारण म्हणजे मूळ चायनीज पदार्थांत त्या त्या देशातील खाद्यसंस्कृतीनुसार थोडेफार बदल केले जातात.

कॅरट चटणी

४ केशरी गाजरे
३'' आल्याचा तुकडा
१/२ टी स्पून लाल मिरची चटणी
१ टी स्पून सोया सॉस, १ टी स्पून व्हिनिगर, २ टेबलस्पून तेल, अर्धा टी स्पून साखर, चवीला मीठ

गाजराचे साल व आतला दांडा काढून त्याचे उभे आणि पातळ तुकडे करून घ्यावे. आल्याचे साल काढून त्याचेही गाजरासारखे उभे तुकडे करावेत. वॉकमध्ये तेल घालून त्यात गाजराचे तुकडे व आल्याचे काप घालून परतावे. गाजर जरा शिजले, की त्यात लाल मिरच्यांची चटणी, सोया सॉस, व्हिनिगर व मीठ साखर घालून जरा वेळ शिजवावे. गार झाली की चटणी बाऊलमध्ये काढावी.

मिरचीच्या तेलातले आले

आल्याचा मोठा तुकडा, २ लाल मिरच्या, २ टेबलस्पून तेल
१ टी स्पून पांढरे तीळ, मीठ

वॉकमध्ये तेल घालून त्यात मिरच्यांचे तुकडे टाकावेत व मंद आचेवर परतावे. गॅस बंद करून झाकण लावून तीन-चार तास तसेच ठेवावी. नंतर तेलातल्या मिरच्यांचे तुकडे काढून टाकावे किंवा तेल गाळून घ्यावे. अशा तऱ्हेने केलेल्या तेलाला 'चिली ऑइल' म्हटले जाते.

आल्याचे साल काढून त्याचे पातळ काप करावेत. तीळ किंचित भाजून घ्यावे. गार झालेले तीळ, आल्याचे काप आणि मीठ एकत्र करून तयार चिली ऑइलमध्ये टाकावेत. चिली ऑइलमध्ये चार-पाच तासांत आल्यांचे काप छान मुरतात. आल्याचे काप नको असतील तर किसलेले आले वापरावे. ही आल्याची चटणी नूडल्स व फ्राइड राईसबरोबर खाण्यास फार छान लागते.

चिली व्हिनिगर

७-८ लांब हिरव्या मिरच्या, १ टी स्पून व्हिनिगर, अर्धा टी स्पून सोया सॉस, चिमूटभर मिरपूड, अजिनोमोटो

मिरच्यांचे बारीक तुकडे करून एका बरणीत ठेवावे. त्यात व्हिनिगर, सोया सॉस, मिरपूड व अजिनोमोटो घालून चांगले ढवळावे. बरणीला झाकण लावून तयार चटणी पाच-सहा तास मुरत ठेवावी व नंतर वापरावे.

शेजवान चटणी

(प्रकार १)

१५ सुक्या लाल मिरच्या
१ बारीक कापलेला कांदा
अर्धा टी स्पून जिरे, १ चक्री फूल, १५ लसूण पाकळ्या बारीक चिरून २'' आल्याचा तुकडा किसून, १ टेबल स्पून कॉर्नफ्लोअर, १ टेबल स्पून व्हिनिगर, अर्धा टी स्पून साखर, अर्धा टी स्पून मिरे, ४ टेबलस्पून तेल, मीठ

लाल मिरच्या गरम पाण्यात अर्धा तास भिजवून ठेवाव्यात. मऊ झाल्या की कोरड्या करून त्यांचे तुकडे करावेत. जमतील तेवढ्या बिया काढून टाकाव्या. जिरे, मिरे आणि चक्री फूल थोड्या तेलावर परतून घ्यावे. त्यात चिरलेला कांदा, लसूण व आले घालून परतावे. गार झाले की मिरच्याचे तुकडे आणि व्हिनिगर घालून मिक्सरमध्ये बारीक वाटावे. वॉकमध्ये उरलेले तेल घालावे व त्यात वाटलेली चटणी टाकावी. मीठ, साखर घालावी. तेल सुटले की उरलेल्या व्हिनिगरमध्ये कॉर्नफ्लोअर कालवून त्यात चटणी घालावी. जरा वेळ शिजवावी व मिश्रण गार झाले की बरणीत भरावे.

(प्रकार २)

१ कप लाल मिरच्यांचे तुकडे
अर्धा कप तेल
४ टेबलस्पून वाटलेला लसूण
३ टेबलस्पून वाटलेले आले
१ टी स्पून सोया सॉस
३ टी स्पून टोमॅटो केचप
चवीला साखर
मीठ

मिरच्यांमधील बिया काढून त्याचे तुकडे करावेत व पाण्यात घालून ते ५ मिनिटे शिजवावे. पाणी गाळावे. मिरच्यांचे तुकडे बारीक वाटून घ्यावे. वॉकमध्ये तेल घालून त्यावर वाटलेल्या मिरच्या परताव्यात. त्यात वाटलेले आले व लसूण घालून थोडे परतावे. मीठ साखर घालावी. तेल सुटल्यावर सोया सॉस व टोमॅटो केचप घालून चांगले ढवळावे व गॅसवरून उतरवावे.

लाल मिरच्यांची चटणी

२० लाल मिरच्या
१'' आले, १५ लसूण पाकळ्या
१ चमचा लिंबाचा रस
१ टेबलस्पून धणे-जिरेपूड
२ टेबलस्पून तेल, मीठ

मिरच्यांतील बिया काढून घ्याव्या व त्या गरम पाण्यात टाकाव्यात. मऊ झाल्या, की सर्व जिन्नस एकत्र करून मिक्सरमध्ये बारीक वाटावे. वॉकमध्ये तेल गरम करून त्यात हे वाटण घालावे व तेल सुटेपर्यंत परतावे.

▪ कोरियन जेवणातले बांचन

कोरियन जेवणातील मुख्य पदार्थ म्हणजे भात व मीटचे पदार्थ. ते टेबलाच्या मध्यभागी ठेवून त्यांच्या बाजूला असंख्य साइड डिश म्हणजे- बांचन- ठेवलेले असतात. लहान-लहान बाऊलमध्ये ठेवलेल्या बांचनमध्ये तिखट, आंबट, गोड अशा चवीची तोंडी लावणी असतात. बांचनचे प्रकार काहीसे आपल्या चटण्यांसारखेच असून ते वेगवेगळ्या भाज्या, मासे, चिकन व सॉस असे पदार्थ वापरून केलेले असतात.

चिली चिकन चटणी

१ कप उकडलेले चिकन
४ ओल्या लाल मिरच्या
१ टेबलस्पून बारीक चिरलेली पार्सले
१ टी स्पून चिली सॉस
१ टी स्पून सोया सॉस
१ टी स्पून व्हिनिगर
मीठ चवीला
१ टेबलस्पून तिळाचे तेल

चिकनचे उभे पातळ तुकडे करून घ्यावेत. मिरच्या उभ्या चिरून घ्याव्या. चिली सॉस, सोया सॉस, व्हिनिगर व मीठ एकत्र करून घ्यावे. त्यात चिकनचे तुकडे व मिरच्या घालून चार-पाच तास मुरत ठेवावेत. वॉकमध्ये तिळाचे तेल गरम करून त्यावर मुरलेले चिकन व मिरच्या टाकाव्यात. कोरडे होईपर्यंत परतावे. गार झाल्यावर बारीक चिरलेली पार्सले घालावी.

कोबीची किमची

१ मध्यम आकाराचा कोबी
प्रत्येकी १ टी स्पून आले पेस्ट
लसूण पेस्ट, लाल तिखट
१ टेबलस्पून व्हिनिगर
चवीला मीठ, साखर

कोबी कापून सहा–सात तास मिठाच्या पाण्यात भिजवून ठेवावा. नंतर चाळणीत घालून निथळवून घ्यावा व फडक्यावर पसरून कोरडा करावा. व्हिनिगरमध्ये मीठ, साखर, आले लसूण पेस्ट व लाल तिखट कालवून घ्यावे व ते चिरलेल्या कोबीला लावावे. हे मिश्रण किमान २४ तास तरी बाहेर ठेवावे. तेवढ्या वेळात ते किंचित आंबते व किमचीला त्याचा आंबूसपणा लागतो. तयार किमचीची चव बघून बरणीत भरावी व फ्रिजमध्ये ठेवावी.

झुकिनीची चटणी

१ झुकिनी
१ कोवळा कांदा
अर्धा चमचा लसूण पेस्ट
१ चमचा तिळाचे तेल
अर्धा चमचा फिश सॉस
लाल मिरचीचे २–३ तुकडे
चवीला मीठ

झुकिनीच्या अर्धगोलाकार चकत्या करून घ्याव्या. कांदा बारीक चिरावा. झुकिनी, कांदा व मिरचीचे तुकडे एकत्र करावेत. लसूण पेस्ट, तिळाचे तेल व फिश सॉस एकत्र कालवून झुकिनीच्या तुकड्यांना लावावा. व चार–पाच तास मुरत ठेवावे.

मसालेदार बीन स्प्राउट्स

१ कप बीन स्प्राउट्स
१ बारीक चिरलेला कांदा
प्रत्येकी अर्धा टी स्पून तीळ
लसणीची पावडर
व चिली फ्लेक्स
२ टी स्पून सोया सॉस
१ टी स्पून तिळाचे तेल
चवीला मीठ

तिळाच्या तेलात कांदा परतून घ्यावा. त्यात बीन स्प्राउट्स टाकून वाफ द्यावी. त्यात लसूण पावडर, चिली फ्लेक्स, तीळ व सोया सॉस टाकावा. लागेल त्याप्रमाणे मीठ घालून मिश्रण कोरडे होईपर्यंत परतावे.

फिश चटणी

१ कप कोणताही सुका मासा
१ कप बारीक चिरलेला कांदा
५ पाकळ्या लसूण
१ कप कोबीची किमची
१ चमचा तेल
मीठ लागेल त्याप्रमाणे

सुका मासा कोमट पाण्यात भिजत ठेवावा. भिजल्यावर बाहेर काढून हाताने कुस्करावा. वॉकमध्ये तेल घालून त्यात कांदा व लसूण परतावे. जरा मऊ झाले की त्यात कुस्करलेला मासा घालावा व थोडे परतावे. गार झाल्यावर त्यात कोबीची किमची मिसळावी. सगळे मिश्रण भरड कुटावे.

■ इंग्लिश चटण्या

लंडनमधील सुपर मार्केटमध्ये आणि भारतीय दुकानात वेगवेगळ्या चटण्यांच्या हवाबंद बाटल्या मिळतात. त्यातल्या काही भारतीय पद्धतीच्या असतात; तर काही ब्रिटिश पद्धतीच्या आणि ब्रिटिश टच असलेल्या असतात. त्यापैकी सफरचंद, आंबा, बेरीज आणि टोमॅटोच्या चटण्या इंग्रज लोकांना विशेष आवडतात.

कांदा व काकडीची चटणी

२ काकड्या
१ कांदा, १ कप साखर
१ चमचा कॉर्नफ्लोअर
१ चमचा वाटलेले आले, १ चमचा इंग्लिश मस्टर्ड, १ कप व्हिनिगर

एका मोठ्या वाडग्यामध्ये काकड्या व कांदे किसून घ्यावेत. त्यातले पाणी पिळून टाकून त्याला मीठ चोळून पाच-सहा तास झाकून ठेवावे. त्याला सुटलेले सर्व पाणी परत एकदा घट्ट पिळून टाकावे. थोड्या व्हिनिगरमध्ये कॉर्नफ्लोअर कालवून घ्यावे. उरलेल्या व्हिनिगरमध्ये साखर, आले, मस्टर्ड, काकडी व कांदा घालून हॉटप्लेटवर ठेवावे व मिश्रणाला चांगली उकळी आणावी. त्यात कॉर्नफ्लोअर व व्हिनिगरचे मिश्रण घालावे. चटणी घट्ट व्हायला लागेल. फार घट्ट वाटली तर आणखी व्हिनिगर घालावे. बरणीत घालून फ्रिजमध्ये ठेवली तर बरेच दिवस टिकू शकते.

ग्रीन ॲपल चटणी

३ हिरवी सफरचंदे
३ लवंगा
१'' दालचिनीचा तुकडा
१ टी स्पून जिरे
अर्धा टी स्पून बडिशेप
अर्धा कप साखर
लाल तिखट
चवीला मीठ (व्हिनिगर घालायचा असल्यास २ टेबलस्पून)

सफरचंदाची साल न काढता किसून घ्यावे किंवा बारीक तुकडे करावेत. लवंग, दालचिनी, जिरे व बडिशेप किंचित गरम करून त्याची पूड करून घ्यावी. सफरचंदांच्या फोडी व साखर एकत्र करून नॉनस्टिक भांड्यात शिजत ठेवावे. साखर विरघळ्यावर मसाल्याची पूड, तिखट व मीठ घालावे. घट्ट होईपर्यंत शिजवावे. वाटल्यास व्हिनिगर घालावे.

पमकिन चटणी

अर्धा पौंड लाल भोपळा
२ लाल मिरच्या ओल्या
२ कप ब्राऊन शुगर
३ टेबलस्पून किसलेले आले
मूठभर भोपळ्याच्या बिया, १ टी स्पून लवंग, दालचिनी, जिऱ्याची पूड, मीठ, १ कप व्हाईट व्हिनिगर

भोपळ्याची साल काढून त्याचे बारीक तुकडे करून घ्यावेत. त्यात ब्राऊन शुगर, सोललेल्या भोपळ्याच्या बिया, आले, मसाल्याची पूड व मीठ घालून नॉनस्टिकच्या भांड्यात शिजत ठेवावे. उकळी आली की व्हिनिगर घालावे व भोपळा पूर्ण शिजू द्यावा. गार झाल्यावर बरणीत भरावे.

बेरींची चटणी

१ कप कोणत्याही बेरी
१ टी स्पून किसलेले आले
१ टी स्पून बारीक चिरलेले आलापिनोज
१ टेबलस्पून व्हिनिगर
१ टेबलस्पून साखर, मीठ

बेरींचे तुकडे करून घ्यावे. जाड बुडाच्या भांड्यात सर्व जिन्नस एकत्र करून शिजायला ठेवावे. बेरी मऊ झाल्या व चटणी घट्ट झाली, की गॅसवरून उतरवावी. गार झाल्यावर बरणीत भरावी.

स्ट्रॉबेरीची गोड चटणी

२ कप ताज्या स्ट्रॉबेरीज
२ टेबलस्पून मध
पाव कप ब्राऊन शुगर
पाव कप मनुका
१ मोठ्या लिंबाचा रस
चवीला मीठ

स्ट्रॉबेरीचे चार चार तुकडे करून घ्यावे. एका नॉनस्टिक भांड्यात लिंबाचा रस सोडून सर्व जिन्नस एकत्र करावे व घट्ट होईपर्यंत शिजवावे. ही चटणी गोड चवीची असते. त्यामुळे वाटले तरच त्यात थोडे लाल तिखट घालावे. शेवटी लिंबाचा रस घालून सारखे करावे.

ख्रिसमस चटणी

२ कांदे
२ कुकिंग ॲपल्स
२ पेअर्स
अर्धा कप खजूर
१ कप साखर
१ चमचा दालचिनी पावडर
चिमूटभर सुंठ
थोडे बेदाणे
अर्धा चमचा मिरची पावडर
चवीला मीठ
१ कप पाणी

सफरचंद व पेअरच्या फोडी करून घ्याव्या. कांदे चिरून घ्यावे. एका जाड बुडाच्या भांड्यात पाणी घालून त्यात कांदे शिजत टाकावे. त्यात फळांच्या फोडी टाकाव्या. कांदे व फळे नरम झाली की त्यात मीठ व साखर घालावी. साखर विरघळल्यावर खजूर, बेदाणे, सुंठ, दालचिनी पावडर व लाल तिखट घालून शिजवावे.

कांद्याचा उग्रपणा, पेअर व सफरचंदाचा किंचितसा आंबटपणा, साखर व खजुराचा गोडपणा, सुंठ व मिरचीचा तिखटपणा, दालचिनीचा वास या सर्व चवी व स्वादामुळे ही ख्रिसमस चटणी अगदी खास चवीची बनते.

चटणी वापरून केलेले माझे व मैत्रिणींचे पदार्थ

काही चटण्या वापरून मी जे वेगवेगळे पदार्थ बनवते त्यातल्या काही पदार्थांच्या रेसिपीज देत आहे. आमच्या घरी सोलापुरी दाण्याची चटणी, लसूण चटणी व जवस चटणी या तीन प्रकारच्या कोरड्या चटण्या कायम आणलेल्या असतात. टोमॅटोची शिजवून केलेली चार–पाच दिवस टिकणारी चटणी व ओली हिरवी चटणी याही मी आलटूनपालटून करते. टोमॅटो चटणी करताना मी आधी ते गरम पाण्यात टाकून त्यांची साल काढून घेते व नंतर भरपूर लसूण, चिली फ्लेक्स व मीठ, साखर घालून कोरडी होईपर्यंत शिजवते. ही चटणी फ्रिजमध्ये आठवडाभर टिकते. रोजच्या खाण्यात विविधता आणण्यासाठी या सगळ्या चटण्या वापरून मी वेगवेगळे पदार्थ बनवते.

टोमॅटो चटणी टोस्ट

चार ब्रेड स्लाइस
२ चीज क्यूब्ज
चमचाभर बारीक चिरलेली भोपळी मिरची
१ कप टोमॅटो चटणी
लोणी

चीज क्यूब्ज किसून घ्यावी. ब्रेड स्लाइसवर वाटी दाबून त्याचे गोल काप कापून घ्यावे. त्याला लोणी व टोमॅटो चटणी लावावी. वरून किसलेले चीज व भोपळी मिरची घालून ओव्हनमध्ये ठेवावे. चीज वितळल्यावर काढावे. छोट्या पिझ्झासारखा दिसणारा हा टोस्ट चवीलादेखील काहीसा पिझ्झासारखाच लागतो.

लसूण चटणी टोस्ट

ब्रेड चार स्लाइस
२ चीज क्यूब्ज
१ मोठा चमचा कोरडी लसूण चटणी
लोणी

चीज क्यूब्ज किसून घ्याव्या. ब्रेडच्या कडा काढाव्यात. लसूण चटणी, किसलेले चीज व लोणी एकत्र कालवावे. तयार झालेले हे स्प्रेड ब्रेडला लावून ते गरम ओव्हनमध्ये ठेवावे. चीज वितळले व वरून तांबूस रंग आला की काढावे. त्रिकोणी कापून सॉसबरोबर सर्व्ह करावे.

बेक्ड कॉलीफ्लॉवर चीज

मध्यम आकाराचा कॉलिफ्लॉवर
टोमॅटोची चटणी
१ टेबलस्पून मस्टर्ड सॉस
अर्धा कप किसलेले चीज किंवा चीज पावडर
थोडे लोणी
चवीला मीठ

कॉलिफ्लॉवरची मोठीमोठी फुले काढून मिठाच्या पाण्यात घालून अर्धवट उकडून घ्यावीत. कोरड्या केलेल्या कॉलिफ्लॉवरच्या तुकड्यांना सर्व बाजूंनी टोमॅटो चटणी लावावी. बेकिंग डिशला लोणी लावून त्यात हे तुकडे ठेवावेत. त्यावर चीज पावडर घालावी व झाकण लावून मायक्रोवेव्हमध्ये पाच मिनिटे बेक करावे. सर्व्ह करताना त्यावर मस्टर्ड सॉस घालावा.

चटणी रोल्स

१ वाटी वाटलेली हिरवी चटणी
४ बटाटे, १ ब्रेड स्लाइस
चवीला मीठ, तळणीसाठी तेल

वाटलेली चटणी थोडा वेळ गाळण्यावर टाकावी म्हणजे त्यातला पाण्याचा अंश निघून जाऊन ती कोरडी होईल. बटाटे उकडून साल काढून कुस्करून घ्यावे. त्यात मीठ व कुस्करलेला ब्रेड घालून हाताला तेल लावून घट्ट मळावे. या पिठाचा उंडा करून त्यात चटणी भरावी. उंडा बंद करून त्याला लांबट गोल आकार द्यावी. गरम तेलात तळावे. कटलेटसारखा आकार देऊन तव्यावर तेल सोडून शॅलोफ्राय करावे.

पालक चटणी कबाब

२ चिकन लेग्ज
१ लहान चमचा लोणी
व थोडे किसलेले चीज
१ कप चिरलेला पालक
२ हिरव्या मिरच्या
अर्धा कप कोथिंबीर
४ पाकळ्या लसूण
मीठ

पालक, कोथिंबीर, लसूण, मिरच्या व मीठ मिक्सरमध्ये घालून त्याची शक्यतो पाणी न घालता बारीक चटणी वाटावी. मीठ घालून चिकन लेग्ज शिजवून घ्यावे. तयार चटणी लोण्यात कालवून चिकनला लावावे व दोन तास मुरत ठेवावे. तव्यावर थोडे लोणी घालून चिकन लेग्ज मंद गॅसवर लालसर होईपर्यंत परतावे. सर्व्ह करताना बशीत काढून त्यावर किसलेले चीज घालावे.

तीन रंगी सँडविचेस

दोन ब्रेड स्लाइस
एक चीज स्लाइस
उकडलेल्या बटाट्याच्या चार चकत्या
टोमॅटो व हिरवी चटणी
लोणी

ब्रेडच्या कडा काढून एका बाजूला लोणी व टोमॅटो चटणी लावावी. त्यावर चीज, बटाटा चकती ठेवावी. दुसऱ्या ब्रेड स्लाइसला हिरवी चटणी लावून तो खालच्या ब्रेडवर ठेवावा. धारदार सुरीने त्रिकोणी आकाराचे चार तुकडे करावेत.

कोरड्या चटणीचे पराठे

१ वाटी कणीक, १ चमचा बेसन व बारीक चिरलेली कोथिंबीर एकत्र करून त्यात तेल व मीठ घालून घट्ट भिजवावे. घरात असेल ती कोणतीही कोरडी चटणी तुपात कालवून घ्यावी. पराठ्याच्या कणकेची गोल पोळी लाटावी. त्याला तुपात कालवलेली चटणी लावावी व चारही बाजू दुमडून त्याची चौकोनी घडी करावी. चौकोनी आकाराचे पराठे लाटावे व तव्यावर तूप सोडून भाजावे. या पराठ्यासाठी वापरायची चटणी बारीक कुटलेली असावी म्हणजे ती लाटताना बाहेर येत नाही.

चटणी लावलेले कोबी

कोबीचे २ लहान गड्डे
१ चमचा लोणी
अर्धी वाटी लाल लसूण चटणी
अर्धी वाटी दाण्याची चटणी
थोडे घट्ट दही

कोबीचे गड्डे मिठाच्या पाण्यात घालून अर्धवट शिजवून घ्यावेत. गार झाल्यावर उभे अर्धे कापावे. लसूण चटणी व दाण्याची चटणी दह्यात कालवून लावावी. बेकिंग डिशला लोणी लावून त्यावर चटण्या लावलेले चार कोबीचे तुकडे ठेवावे. प्रत्येक तुकड्यावर थोडे लोणी घालावे व झाकण ठेवून मायक्रोवेव्हमध्ये १० मिनिटे बेक करावे.

ग्रीन सरप्राईज

१ वाटी बासमती तांदूळ
१ कांदा
१ वाटी उकडलेले मटार
अर्धी वाटी पालकची
किंवा मटारची हिरवी चटणी
१ मोठा चमचा तूप
१'' दालचिनीचा तुकडा
१ चमचा जिरे
चवीला मीठ
साखर

कांदा बारीक चिरून घ्यावा. तांदूळ धुवून ठेवावे. एका भांड्यात तूप तापवून त्यात दालचिनीचा तुकडा, जिरे, कांदा परतावे. जरा वेळाने धुतलेले तांदूळ घालून परतावे. मीठ साखर व पाणी घालून मोकळा भात शिजवून घ्यावा. गार झाल्यावर वाटीभर भातात हिरवी चटणी मिसळावी. थोड्या तुपात उकडलेले मटार मीठ उरलेल्या भातात मिसळावे. एका मोठ्या रुंद तोंडाच्या गोल भांड्याला आतून तूप लावून त्यात मटारच्या भाताची मूद ठेवावी. मुदीला मधोमध खड्डा करुन चटणी लावलेला भात भरावा.

चटणी लावलेली मक्याची कणसे

२ कोवळी मक्याची कणसे
हिरवी चटणी
१ टोमॅटो चकत्या करून
लोणी
टुथपिक्स

मक्याची कणसे मिठाच्या पाण्यात घालून उकडून घ्यावी. उकडलेल्या कणसाचा दांडा व पुढचे टोक कापून त्याचे एकसारखे दोन तुकडे करावेत. कणसाच्या दोन्ही बाजूंना टुथपिकने टोमॅटोची चकती बसवावी. मक्याच्या दाण्यांवर लोणी व हिरवी चटणी लावावी. असे चार तुकडे फॉइलमध्ये गुंडाळून इलेक्ट्रिक ओव्हनमध्ये १० मिनिटे बेक करावेत. मायक्रोवेव्हमध्ये ठेवायचे तर केळीच्या पानात गुंडाळून, दोऱ्याने बांधून ५ मिनिटे बेक करावे.

काकडीच्या बोटी

तीन हिरव्या सालीच्या मावळी काकड्या
अर्धी वाटी टोमॅटो चटणी
१ टोमॅटो
मीठ
कोथिंबीर

मावळी काकड्यांचे एकसारखे तुकडे करून घ्यावे. ते मधोमध चिरून आतल्या बिया काढून टाकून टाकाव्यात. बोटीसारख्या काकड्या बशीत ठेवाव्या. काकड्यांच्या बाजूचे तुकडे साल काढून चोचवून घ्यावे. त्यात बारीक चिरलेला टोमॅटो व मीठ साखर घालावी. पाणी सुटेल ते काढून टाकावे. चोचवलेल्या काकडी व टोमॅटोमध्ये टोमॅटोची चटणी घालून कालवावे. हे मिश्रण पोखरलेल्या काकड्यांमध्ये भरावे व कोथिंबिरीने सजवावे.

चटणी नावातल्या गमतीजमती

एका सुट्टीत गणपुतीपुळ्याला गेलो असताना तिथे मोदकाच्या जेवणात केलेली अतिशय चविष्ट अशी पोह्यांची चटणी आम्हा सर्वांनाच खूप आवडली. परतीच्या प्रवासात सकाळच्या नाश्त्यासाठी वाटेतल्या एका छोट्याशा रेस्टॉरंटमध्ये थांबलो होतो तेव्हा मेन्यूमध्ये 'पोहा चटणी' हे नाव वाचले. आम्ही लगेच ती चटणी डोशाबरोबर खाण्यासाठी मागवली. त्याप्रमाणे डोसा, खोबऱ्याची वाटलेली चटणी, नारळाचे दूध घालून मस्त फोडणी दिलेले झणझणीत चवीचे दडपे पोहे आणि त्याबरोबर खाण्यासाठी दाण्याची कोरडी चटणी असे पदार्थ टेबलवर आले.

आम्ही तर दडपे पोहे आणायला सांगितलेच नव्हते; पण आमच्या चेहऱ्यावरचे आश्चर्याचे भाव बघून 'पोहा चटणी' या नावामुळे झालेला गोंधळ त्या मुलाच्या लक्षात आला. त्याने सांगितले, की कोकणात दडप्या पोह्यांनाच पोहा चटणी म्हणतात.

आम्हाला पोहा चटणी म्हणजे पोह्याची वाटलेली चटणी असेल, असे वाटले होते; पण प्रत्यक्षात आले वरून शेव व हिरवीगार कोथिंबीर घालून नटवलेले दडपे पोहे. त्यांची चव बघितल्यावर सर्वांनीच आणखी 'पोहा चटणी' आणायला सांगून त्यावर ताव मारला, हे वेगळे सांगायला नको. नाश्त्याला

त्यामुळे फारच मजा आली. त्यानंतर घरी दडपे पोहे केले, की या प्रसंगाची हमखास आठवण येते.

असाच एक पदार्थ म्हणजे पुण्याच्या कॅफे गुडलकमध्ये मिळणारी 'बैदा चटणी'. नावाप्रमाणे ती अंड्याची चटणी नसून, अंड्याच्या करीला दिलेले नाव आहे. तसे बघितले तर अंडाकरी आणि चटणीच्या रंगरूपात आणि चवीतही काही साम्य नाही. मग त्याला बैदा चटणी नाव का दिले असेल, ते काही कळले नाही.

अंडाकरीप्रमाणेच संगीताचा आणि चटणीचादेखील काही संबंध नाही; पण त्रिनिदादमध्ये एका प्रकारच्या संगीताला **चटणी म्युझिक** असे म्हटले जाते. त्रिनिदाद ही कॅलिप्सो संगीताची मातृभूमी समजली जाते. तिथे पाश्चात्त्य, आफ्रिकन व हिंदी सिनेसंगीत आवडीने ऐकले जाते; पण सर्वांत लोकप्रिय आहे ते 'चटणी म्युझिक' म्हणजे या सर्व प्रकारच्या संगीताचे मिश्रण करून बनलेली गाणी.

निरनिराळे पदार्थ एकत्र वाटून त्याची चटणी केली जाते; तसेच निरनिराळ्या प्रकारचे संगीत एकत्र करून त्याचे चटणी संगीत तयार होते. त्रिनिदादमधील या वेगळ्याच धाटणीच्या फ्यूजन संगीताला चटणीची उपमा दिली आहे.

अशीच एक **'प्लम चटणी'** असे मोठ्या अक्षरात लिहिलेली जाहिरात बघण्यात आली. ती एखाद्या रेस्टॉरंटची किंवा खाण्याच्या जॉइंटची जाहिरात असेल असे वाटून वाचायला गेले तर ती जाहिरात एका गृहसजावटीच्या वस्तू मिळणाऱ्या दुकानाची होती. त्यात त्यांनी म्हटले होते की–प्लम चटणी– तुमच्या घरासाठी नवीननवीन आणि रंगीबेरंगी वस्तू घेऊन आली आहे. आता चटणी तीसुद्धा प्लमची आणि गृहसजावटीचे सामान याचा काय संबंध लावला असेल ते नाव देणाऱ्यालाच माहीत.

एखाद्या खाण्याच्या ठिकाणाला दिलेले चटणी हे नाव काही खटकत नाही. त्याप्रमाणे बंगळुरुमधील जयनगर भागातील *चटनी चँग* नावाचे रेस्टॉरंट बघितलेले आठवले. कोलंबोमधील सिनॅमन ग्रँड हॉटेलमधील *चटणी* नावाच्या साऊथ इंडियन रेस्टॉरंटमध्ये तर दुबईमधील मूव्ह न् पिक या हॉटेलमधील

चटणीज नावाच्या लखनवी रेस्टॉरंटमध्ये जाण्याचा योग आला होता. बंगळुरु, दुबई आणि कोलंबो; फार कशाला आपल्या पुण्यातसुद्धा ढोलेपाटील रोडवर *चटणीज* नावाचे रेस्टॉरंट आहे; तर बाणेर पाषाण लिंक रोडवर ***C-S-M*** *चटणी, सॉस आणि मोरंबा* अशा नावाचा फूड जॉइंट आहे

अशी ही साठा उत्तराची चटणीची कहाणी पाचा उत्तरी सफळ संपूर्ण झाली असे मी म्हणणार होते; पण अजूनही रोज त्या विषयीची नवीन नवीन माहिती मिळतच आहे. मग़ ती कहाणी संपूर्ण झाली असे म्हणणे चुकीचे ठरेल.

त्यामुळे *अशी आहे ही कधीही न संपणारी चटणीची कहाणी* असे म्हणणे जास्त योग्य ठरेल असे वाटते.

लेखिका परिचय

मृणाल तुळपुळे
७७३/३, 'रवि', डेक्कन जिमखाना, पुणे- ४११००४

- दूरध्वनी : ०२०- २५६७३६१८
- इ-मेल : mrinaltul@hotmail.com

- शिक्षण : बी.कॉम., एल. एल. बी., डी. टी. एल.
- इलेक्ट्रॉनिक्स व कार्डबोर्ड बॉक्स इंडस्ट्रीमध्ये ३० वर्षांपेक्षा जास्त काळ कामाचा अनुभव
- २००४ पासून 'रोटरी' मध्ये विविध पदांवर काम
- बेल्स (घंटा) जमवणे, ऑईल पेंटींग व प्रवास करणे हे छंद
- २००८ पासून प्रवासवर्णनपर, खाद्यसंस्कृती विषयक ललित लेखन व लहान मुलांच्या गोष्टी 'सकाळ', 'साप्ताहिक सकाळ', 'तनिष्का', 'माहेर', 'लोकसत्ता', व 'महाराष्ट्र टाईम्स' आदी नियतकालिकांमधून प्रकाशित
- 'माझी खाद्यभ्रमंती' हे देशोदेशीच्या चवींची माहिती देणारे पुस्तक 'सकाळ प्रकाशन'तर्फे प्रकाशित
- २०११ मध्ये प्रकाशित 'कॉफी, डायरी आणि प्रवास' या पुस्तकाला त्या वर्षीचा 'स्मिता पाटील पुरस्कार'

www.ingramcontent.com/pod-product-compliance
Lightning Source LLC
LaVergne TN
LVHW100841051026
849519LV00006B/2385
* 9 7 8 9 3 8 4 3 1 6 6 8 6 *